ಸಂತೋಷಕ್ಕೆ ಎಪ್ಪತ್ತೈದು ದಾರಿ

ಮೌಲ್ಯಾಧಾರಿತ ಕಥನಗಳ ಸಂಗ್ರಹ

75 Ways to Happiness

ಜೆ. ಎಂ. ಮೆಹ್ತಾ

ಕನ್ನಡಕ್ಕೆ : **ಮಾಧವ ಐತಾಳ್**

V&S PUBLISHERS

Published by:

V&S PUBLISHERS

F-2/16, Ansari road, Daryaganj, New Delhi-110002
☎ 23240026, 23240027 • *Fax:* 011-23240028
Email: info@vspublishers.com • *Website:* www.vspublishers.com

Regional Office :   yderabad
5-1-707/1, Brij Bhawan (Beside Central Bank of India Lane)
Bank Street, Koti, Hyderabad - 500 095
☎ 040-24737290
E-mail: vspublishershyd@gmail.com

Branch Office :   umbai
Jaywant Industrial Estate, 1st Floor–108, Tardeo Road
Opposite Sobo Central Mall, Mumbai – 400 034
☎ 022-23510736
E-mail: vspublishersmum@gmail.com

Follow us on:

ISBN 978-93-505709-4-4

Edition 2019

ಪ್ರಕಾಶಕರ ಮಾತು

ಮೌಲ್ಯಗಳು, ನ್ಯಾಯ ಅನ್ಯಾಯ, ಒಳಿತು–ಕೆಡುಕು, ವಿವೇಚನೆ ಹಾಗೂ ನೈತಿಕ ಪ್ರಜ್ಞೆ ಒಂದಕ್ಕೊಂದು ತಳಕು ಹಾಕಿಕೊಂಡಿರು ತ್ತವೆ ಎನ್ನುತ್ತಾರೆ. ನಾವು ಮೌಲ್ಯಗಳನ್ನು ಬಾಲ್ಯದಿಂದಲೇ ಕಲಿಯಲಾರಂಭಿಸುತ್ತೇವೆ; ವಿವೇಚನೆ ಎಂಬುದು ಜೀವನವಿಡೀ ಕಲಿಯುವಂಥದ್ದು ಹಾಗೂ ನೈತಿಕ ಪ್ರಜ್ಞೆಯು ನಮ್ಮನ್ನು ಪರೀಕ್ಷಿಸು ತ್ತದೆ. ಸಂಕಷ್ಟ ಸಮಯದಲ್ಲಿ ನಾವು ಹಾದಿ ತಪ್ಪದಂತೆ ತಡೆಯು ತ್ತದೆ. ಹೀಗಾಗಿ, ಬದುಕಿನಲ್ಲಿ ಸಂತೋಷ ಹಾಗೂ ಸುಖ ದಿಂದಿರಲು ನಮಗೆ ಇವೆಲ್ಲ ಬೇಕಾಗುತ್ತದೆ.

ಇಂದಿನ ವೇಗದ ಬದುಕಿನಲ್ಲಿ ಮೌಲ್ಯ, ಪ್ರಾಮಾಣಿಕತೆ, ನಿಷ್ಠೆ, ಕರುಣೆ ಮತ್ತಿತರ ಸಂಗತಿಗಳ ಕುರಿತು ಆಲೋಚಿಸಲು– ಅರ್ಥೈಸಲು ಸಮಯ ಸಿಗುವುದಿಲ್ಲ. ಆದರೆ, ಈ ಮೌಲ್ಯಗಳು ಸಮಾಜದ ಅಸ್ತಿಭಾರ ಇದ್ದಂತೆ. ಒಳ್ಳೆಯವರ ಸಹವಾಸ, ಉತ್ತಮ ಪುಸ್ತಕಗಳ ಓದಿನ ಮೂಲಕ ನಾವು ಈ ಕುರಿತು ಕಲಿಯ ಬಹುದು.

'ಸಂತೋಷಕ್ಕೆ ಎಪ್ಪತ್ತೈದು ದಾರಿ' ಮೌಲ್ಯಗಳ ಕುರಿತು ಸಣ್ಣ ಹಾಗೂ ಆಸಕ್ತಿಕರ ಘಟನೆ–ಕತೆಗಳ ಮೂಲಕ ತಿಳಿಹೇಳುವ ಹೊತ್ತಗೆ. ಇಲ್ಲಿನ ಘಟನೆ–ಕತೆ ನಮ್ಮ ದಿನನಿತ್ಯದ ಬದುಕಿಗೆ ಹತ್ತಿರವಾದವು. ಅವನ್ನು ನಾವು ಅನ್ವಯಿಸಿಕೊಳ್ಳಬಹುದು. ಕಥೆಯ ಕೊನೆಯಲ್ಲಿ ಮೌಲ್ಯ ಇಲ್ಲವೇ ನೀತಿಯನ್ನು ನೀಡ ಲಾಗಿದೆ. ಸರಳ–ನೇರವಾದ ಭಾಷೆಯ ಮೂಲಕ, ಎಲ್ಲ ವಯಸ್ಸಿನವರಿಗೂ ಸೂಕ್ತವಾದ ಪುಸ್ತಕ ಇದು.

ಈ ಕಥೆಗಳು ನಿಮ್ಮ ಬದುಕಿನಲ್ಲಿ ಸಂತೋಷ–ಸುಖ ತರಲಿ ಎಂಬುದು ನಮ್ಮ ಆಶಯ.

ಪ್ರವೇಶ

ಕೆಲ ವರ್ಷಗಳ ಹಿಂದೆ ಬೆಸ್ಟ್ ಸೆಲ್ಲರ್ ಎನಿಸಿಕೊಂಡ ಪುಸ್ತಕ 'ಚಿಕನ್ ಸೂಪ್ ಫಾರ್ ದಿ ಸೋಲ್'ನ್ನು ನಾನು ಓದಿದೆ.

ಬದುಕಿನ ನಾನಾ ಸ್ತರಗಳಲ್ಲಿನ ವಿವಿಧ ವ್ಯಕ್ತಿಗಳು ಜೀವನದಲ್ಲಿ ಹೇಗೆ ಸಾಧನೆ ಮಾಡಿದರು ಎಂಬ ಕುರಿತು ಹಲವು ಆಸಕ್ತಿಕರ–ಆತ್ಮವಿಶ್ವಾಸ ತುಂಬಬಲ್ಲ ಪ್ರಸಂಗ ಗಳು ಆ ಪುಸ್ತಕದಲ್ಲಿದ್ದವು.

ಆ ಪುಸ್ತಕದ ನಾನಾ ಅವತರಣಿಕೆಗಳು ಬಂದಿವೆ. ಆದರೆ, 'ಚಿಕನ್ ಸೂಪ್'ನ್ನು ಮೀರಿಸುವುದು ಸಾಧ್ಯವಾಗಿಲ್ಲ.

ಬಳಿಕ ಇಂಥ ಪ್ರಸಂಗಗಳನ್ನು ನಾನು ಸಂಗ್ರಹಿಸಲು ಆರಂಭಿಸಿದೆ. ಭಾರತೀಯ, ಪೌರಾತ್ಯ ಪ್ರಕರಣಗಳು ನನ್ನ ದೃಷ್ಟಿಯಲ್ಲಿದ್ದವು. ಅಂಥ 162 ಪ್ರಸಂಗಗಳನ್ನು ಸಂಗ್ರಹಿಸಿ, ಆ ಪೈಕಿ 75 ಈ ಪುಸ್ತಕದಲ್ಲಿವೆ. ಮನುಷ್ಯರ ಬದುಕಿನಲ್ಲಿ ಎದುರಾಗುವ ಸನ್ನಿವೇಶ–ಸಂಕಷ್ಟಗಳನ್ನು ಎದುರಿಸುವುದು ಹೇಗೆ ಎಂಬುದು ಇವುಗಳ ಸಾರ. ಇಲ್ಲಿನ ಪ್ರಕರಣಗಳು ಸಾರ್ವಕಾಲಿಕ. ದೇಶ, ಭಾಷೆ, ಕಾಲಾತೀತ.

ಇಲ್ಲಿನ ಕೆಲ ಪ್ರಸಂಗಗಳು ಕಾಲ್ಪನಿಕ, ಉಳಿದವು ನಿಜ ಜೀವನದಲ್ಲಿ ಸಂಭವಿಸಿದವು. ಇವು ನಿಮ್ಮನ್ನು ಚಿಂತನೆಗೆ ಹಚ್ಚುತ್ತವೆ, ಬದುಕನ್ನು ಅರ್ಥಪೂರ್ಣವಾಗಿ ಬದುಕಲು ನಿಮ್ಮನ್ನು ಸಜ್ಜುಗೊಳಿಸುತ್ತವೆ ಎನ್ನುವುದು ನಮ್ಮ ನಂಬಿಕೆ.

ಅಲೆಕ್ಸಾಂಡರ್ ಮತ್ತು ಸಂತ

ಜಗತ್ತೇ ನನ್ನದು ಎಂಬ ಮಿಥ್ಯೆ ಛಿದ್ರವಾಯಿತು !

ಹಲವು ದೇಶಗಳನ್ನು ಜಯಿಸಿದ ಬಳಿಕ ಚಕ್ರವರ್ತಿ ಅಲೆಗ್ಸಾಂಡರ್ ಭಾರತದ ಮೇಲೆ ದಾಳಿ ಮಾಡಿದ. ಆಗ ಭೇಟಿ ಮಾಡಿದ ನಗ್ನ ಮುನಿಯೊಬ್ಬನ ಮಾತು ಅವನ ಕಣ್ಣುಗಳನ್ನು ತೆರೆಸಿತು.

ನಗ್ನ ಮುನಿಯನ್ನು ಕಂಡ ಅಲೆಗ್ಸಾಂಡರ್ ಹೇಳಿದ, 'ನಿನ್ನ ಬಳಿ ಏನೂ ಇಲ್ಲ. ಮುನಿ ಹೇಳಿದ, 'ನನ್ನ ಬಳಿ ಎಲ್ಲವೂ ಇದೆ. ಇಡೀ ಜಗತ್ತು ನನ್ನದು'. ಅಲೆಗ್ಸಾಂಡರ್ ಕೇಳಿದ, 'ಜಗತ್ತನ್ನು ಗೆಲ್ಲದೆ ಅದು ನಿನ್ನದಾಗುವುದು ಹೇಗೆ?'

ಇದಕ್ಕೆ ಆತ ಪ್ರತಿಕ್ರಿಯಿಸಿದ, 'ನಾನು ಜಗತ್ತಿನ ಸೃಷ್ಟಿಕರ್ತನನ್ನು ಗೆದ್ದಿದ್ದೇನೆ. ಸೃಷ್ಟಿಕರ್ತನನ್ನು ನಾನು ಹೊಂದಿರುವುದರಿಂದ, ಆತನ ಸೃಷ್ಟಿ ನನ್ನದಾಗುತ್ತದೆ. ಆದರೆ, ನನ್ನ ವಿಜಯ ನಿನ್ನ ರೀತಿಯದಲ್ಲ, ನೀನು ಕತ್ತಿ ಬಳಸಿ ಗೆಲುವು ಸಾಧಿಸುತ್ತೀ. ನಾನು ನನ್ನನ್ನು ಆತನಿಗೆ ಅರ್ಪಿಸಿಕೊಂಡು ಗೆಲ್ಲುತ್ತೇನೆ'.

ಈ ಉತ್ತರದಿಂದ ಅಲೆಗ್ಸಾಂಡರ್ ಖುಷಿಯಾದ. ಹೇಳಿದ, 'ನಾನೂ ಈ ಜಗತ್ತನ್ನು ಗೆದ್ದಿದ್ದೇನೆ'. ಇದಕ್ಕೆ ಮುನಿಯ ಉತ್ತರ ಹೀಗಿತ್ತು, 'ಮರಳುಗಾಡಿನಲ್ಲಿ ದಾರಿ ತಪ್ಪಿದ್ದೀ ಎಂದು ಭಾವಿಸು. ತುಂಬಾ ಬಾಯಾರಿರುವೆ. ಆಗ ಮಡಿಕೆಯಲ್ಲಿ ನೀರು ತಂದ ನಾನು, ಅದನ್ನು ಮಾರಲು ಸಿದ್ಧನಿದ್ದೇನೆ ಎಂದುಕೋ. ನೀರಿಲ್ಲದೆ ಸಾಯುವ ಬದಲು, ನಿನ್ನ ಜೀವ ಉಳಿಸುವ ನೀರಿಗಾಗಿ ನೀನು ಏನು ಕೊಡಬಲ್ಲೆ?'

ಅಲೆಕ್ಸಾಂಡರ್ ಹೇಳಿದ, 'ನನ್ನ ಅರ್ಧ ರಾಜ್ಯ ಕೊಡುತ್ತೇನೆ'. 'ಒಂದು ವೇಳೆ ಅಷ್ಟಕ್ಕೆ ನಾನು ನೀರು ಕೊಡುವುದಿಲ್ಲ ಎಂದರೆ' ಮುನಿ ಕೇಳಿದ. ಜೀವ ಉಳಿಸಿಕೊಳ್ಳಲು ಇಡೀ ರಾಜ್ಯವನ್ನೇ ಕೊಡುತ್ತೇನೆ ಎಂಬ ಅಲೆಕ್ಸಾಂಡರ್ನ ಮಾತಿಗೆ ಜೋರಾಗಿ ನಕ್ಕ ಮುನಿ ಹೇಳಿದ, 'ನೋಡು. ನಿನ್ನ ಇಡೀ ರಾಜ್ಯದ ಬೆಲೆ ಒಂದು ಮಡಕೆ ನೀರು. ಇದಕ್ಕಾಗಿ ನೀನು ನಿನ್ನ ಜೀವಮಾನವನ್ನೆಲ್ಲ ವ್ಯರ್ಥ ಮಾಡಿರುವೆ ಯಲ್ಲ'.

ಈ ಮಾತು ಅಲೆಗ್ಸಾಂಡರ್ನ ಮನಸ್ಸನ್ನು ತಟ್ಟಿ ಬಿಟ್ಟಿತು. ನಂತರ ಆತ ಬೇರೆ ದೇಶಗಳ ಮೇಲೆ ಆಕ್ರಮಣ ಮಾಡಲು ಮುಂದಾಗಲಿಲ್ಲ. ಜತೆಗೆ, ತನ್ನ ದೇಶಕ್ಕೆ ವಾಪಸಾದ.

- ನಾನು ಮಾತ್ರ ಸರಿ ಎಂದು ವಾದ ಮಾಡದಿರಿ.
- ದುರಹಂಕಾರದ ಮಾತು ಕಡಿಮೆ ಬುದ್ಧಿಮತ್ತೆಯ ಫಲ.
- ಸರಳ ಜೀವನ—ಉದಾತ್ತ ಚಿಂತನೆ ರೂಢಿಸಿಕೊಳ್ಳಿ.

ಭಕ್ತಿಯ ಬೆಳಕು

ನಟನೆ ಮತ್ತು ಗಂಭೀರ ಕೆಲಸದ ನಡುವಿನ ವ್ಯತ್ಯಾಸ
ಒಂದಲ್ಲ ಒಂದು ದಿನ ಬಹಿರಂಗವಾಗುತ್ತದೆ.

ತಥಾಗತ ಬುದ್ಧನ ಮೇಲಿನ ಭಕ್ತಿಯನ್ನು ತೋರ್ಪಡಿಸಲು ಶ್ರೀಮಂತರು ದುಬಾರಿ ಬೆಲೆಯ ದೀಪಗಳನ್ನು ಆತನ ಮುಂದೆ ಹೊತ್ತಿಸುತ್ತಿದ್ದರು. ಆಕೆಯೊಬ್ಬಳು ಬಡವಿ, ಬುದ್ಧನ ಮೇಲೆ ಅಪಾರ ಗೌರವ–ಭಕ್ತಿ ಇದ್ದವಳು. ಆಕೆಗೂ ಬುದ್ಧನಿಗೆ ದೀಪ ವೊಂದನ್ನು ಅರ್ಪಿಸಬೇಕೆಂಬ ಆಸೆ. ಆದರೆ, ದೀಪವನ್ನು ಖರೀದಿಸಲು ಆಕೆಯ ಬಳಿ ಹಣ ಎಲ್ಲಿಂದ ಬಂದೀತು?

ಆಕೆ ಸುಮ್ಮನಿರಲಿಲ್ಲ. ಭಿಕ್ಷೆ ಬೇಡಿದಳು, ಕೂಲಿ ಮಾಡಿದಳು. ಕೊನೆಗೆ ಮಣ್ಣಿನ ದೀಪವೊಂದನ್ನು ಖರೀದಿಸುವಷ್ಟು ಹಣ ಹೊಂದಿಸಿದಳು. ದೀಪದಲ್ಲಿ ಒಂದಿಷ್ಟು ಎಣ್ಣೆ, ಬಟ್ಟೆಯ ಎಳೆಗಳ ಬತ್ತಿ ಜೋಡಿಸಿ ಬುದ್ಧನಿಗೆ ಅರ್ಪಿಸಿದಳು. ತನ್ನ ದೀಪವನ್ನು ಸ್ವೀಕರಿಸಬೇಕೆಂದು ಪ್ರಾರ್ಥಿಸಿದಳು.

ಮರುದಿನ ಬೆಳಗಾಯಿತು. ಬುದ್ಧನ ಮುಖ್ಯ ಭಕ್ತನೊಬ್ಬ ಬಂದು ನೋಡಿದಾಗ, ಮಣ್ಣಿನ ಹಣತೆ ಹೊರತುಪಡಿಸಿ, ಉಳಿದೆಲ್ಲವೂ ಆರಿಹೋಗಿದ್ದವು. ಹಣತೆ ಮಾತ್ರ ಉರಿಯುತ್ತಲೇ ಇದ್ದಿತ್ತು. ಆತ ವಿಷಯವನ್ನು ತಥಾಗತನಿಗೆ ತಿಳಿಸಿದ.

ಬುದ್ಧ ಹೇಳಿದ, 'ಆ ಹಣತೆಯನ್ನು ಭಕ್ತಿಯೆಂಬ ಬತ್ತಿ ಹಾಗೂ ಪ್ರಾಮಾಣಿಕತೆ ಎಂಬ ಎಣ್ಣೆಯಿಂದ ಹೊತ್ತಿಸಲಾಗಿದೆ. ಇದನ್ನು ಯಾರೂ ಆರಿಸಲು ಸಾಧ್ಯವಿಲ್ಲ. ನಾವೆಲ್ಲರೂ ಇಂಥ ಬೆಳಕಿನಿಂದ ನಮ್ಮ ಆತ್ಮವನ್ನು ಬೆಳಗಲು ಯತ್ನಿಸೋಣ'.

ಬೆಳಕು ಒಳಗಿನ ಶಾಂತಿ, ಪ್ರೀತಿ ಮತ್ತು ಭಕ್ತಿಯ ಸಂಕೇತ. ಇಂಥ ಬೆಳಕಿನಿಂದ ನಾವೆಲ್ಲ ನಮ್ಮ ಆತ್ಮವನ್ನು ಬೆಳಗಬೇಕು.

- ಸಂಪನ್ಮೂಲದ ಕೊರತೆ, ಕೆಲಸವೊಂದನ್ನು ಆರಂಭಿಸಲು ತಡೆ ಆಗಬಾರದು.
- ಸ್ವಾರ್ಥರಹಿತ ಕೆಲಸ ಭಾರಿ ಪ್ರತಿಫಲಕ್ಕೆ ದಾರಿಮಾಡಿಕೊಡುತ್ತದೆ.
- ಕಠಿಣ ಕೆಲಸದಿಂದ ಲಾಭವಿದೆ. ವೈಭವ ಪ್ರದರ್ಶನದಿಂದ ಉಪಯೋಗವಿಲ್ಲ.

ನಿಸ್ವಾರ್ಥ ಪ್ರೇಮ

ಕರುಣೆಗೆ ಗಡಿ ರೇಖೆಗಳಿಲ್ಲ, ಪ್ರಾಣಿಗಳೂ ಇದಕ್ಕೆ ಹೊರತಾಗಿಲ್ಲ.

ಒಂದೂರು. ನಗರದ ಹೊರಭಾಗದಲ್ಲಿದ್ದ ಸಂಬಂಧಿಯೊಬ್ಬನಿಗೆ ನಾಯಿಮರಿ ಗಳನ್ನು ಕೊಡಲು ವ್ಯಕ್ತಿಯೊಬ್ಬ ರೈಲಿನಲ್ಲಿ ಹೊರಟಿದ್ದ. ನಿಲ್ದಾಣದಲ್ಲಿ ಇಳಿದು, ಟ್ಯಾಕ್ಸಿ ಬಾಡಿಗೆ ಪಡೆದು ನೆಂಟನ ಮನೆಗೆ ಹೊರಟ. ದಾರಿ ಮಧ್ಯದಲ್ಲಿ ಸಿಕ್ಕ ಧಾಬಾದಲ್ಲಿ ನಾಯಿಮರಿಗಳಿಗೆ ಹಾಲು ಕುಡಿಸಲು ಇಳಿದ.

ಧಾಬಾ ಒಳಹೋಗಿ, ಅಲ್ಲಿದ್ದವನಿಗೆ ಸ್ವಲ್ಪ ಹಾಲು ನೀಡಬೇಕೆಂದು ಕೇಳಿ ಕೊಂಡ. ಆಗ ಅಜ್ಜಿಯೊಬ್ಬಳು ಬಂದು, ನಾಯಿ ಮರಿಗಳನ್ನು ಎತ್ತಿಕೊಂಡು ತುಂಬು ಪ್ರೀತಿಯಿಂದ ಬೋಗುಣಿಯಲ್ಲಿದ್ದ ಹಾಲು ಕುಡಿಸಿದಳು. 'ತನ್ನ ಬಳಿಯೂ ಎರಡು ನಾಯಿ ಮರಿಗಳಿದ್ದವು. ಚಾಲಕನೊಬ್ಬನ ನಿರ್ಲಕ್ಷ್ಯದಿಂದ ಅವು ವಾಹನದ ಚಕ್ರಕ್ಕೆ ಸಿಲುಕಿ ಮೃತಪಟ್ಟವು' ಎಂದು ದುಃಖದಿಂದ ಹೇಳಿದಳು. ತನ್ನೆಲ್ಲ ಪ್ರೀತಿಯನ್ನು ಮರಿಗಳ ಮೇಲೆ ತೋರಿಸಿದಳು.

ಆಶ್ಚರ್ಯಚಕಿತನಾದ ವ್ಯಕ್ತಿ, ಹಾಲಿಗೆ ಹಣ ಕೊಡಲು ಮುಂದಾದ. ಆಕೆ ದುಡ್ಡು ತೆಗೆದುಕೊಳ್ಳಲು ನಿರಾಕರಿಸಿದಳು. ಇಷ್ಟಲ್ಲದೆ ಮರಿಗಳನ್ನು ಮುದ್ದಿಸಿ, ವ್ಯಕ್ತಿಗೆ ವಾಪಸ್ ಮಾಡಿದಳು, ಮನಸ್ಸಿಲ್ಲದ ಮನಸ್ಸಿನಿಂದ.

ಆಕೆ ಹೇಳಿದಳು, 'ಸರ್, ಇವಕ್ಕೂ ಜೀವವಿದೆ. ಅವುಗಳನ್ನು ಎಂದಿಗೂ ಹಿಂಸಿಸಬೇಡಿ, ಪ್ರೀತಿಯಿಂದ ನೋಡಿಕೊಳ್ಳಿ'. ಇಷ್ಟು ಹೇಳುವಷ್ಟರಲ್ಲಿ ಆಕೆಯ ಕಣ್ಣಿ ನಿಂದ ನೀರು ಇಳಿಯಲಾರಂಭಿಸಿತು. ವ್ಯಕ್ತಿ ಮರಿಗಳನ್ನು ಎತ್ತಿಕೊಂಡು ನೆಂಟನ ಮನೆಗೆ ಹೋದ.

ಆಕೆ ತೋರಿದ ಪ್ರೀತಿಗೆ ಕಳಂಕವಿಲ್ಲ, ಸ್ವಾರ್ಥವಿಲ್ಲ.

- ಸಾಕು ಪ್ರಾಣಿಗಳು ಸೇರಿದಂತೆ ಎಲ್ಲರ ಬಗ್ಗೆಯೂ ಕರುಣೆ ಇರಲಿ.
- ತಾಯಿಯ ಪ್ರೀತಿ ಶ್ರೇಷ್ಠವಾದುದು, ಅದಕ್ಕೆ ಸಾಂತ್ವನದ ಶಕ್ತಿ ಇದೆ.
- ಪ್ರತಿಫಲಾಪೇಕ್ಷೆ ಇಲ್ಲದೆ ಅಗತ್ಯವಿದ್ದವರಿಗೆ ನೆರವು ನೀಡಿ.

ಮರೆಯಲಾಗದ ಬಹುಮಾನ

ತಾಳ್ಮೆ ಎಂಬುದು ಆತ್ಮರಕ್ಷಣೆಗೆ ಬಳಸುವ ಕವಚದಂತೆ.

ಶ್ರೀಮಂತ ಯುವಕನೊಬ್ಬನಿಗೆ ದುಬಾರಿ ಸ್ಪೋರ್ಟ್ಸ್ ಕಾರಿನ ಆಸೆ. ಮಳಿಗೆ ಮುಂದೆ ಹೋದಾಗಲೆಲ್ಲ ಕಣ್ಣು ಮಿಟುಕಿಸದಂತೆ ಅಲ್ಲಿದ್ದ ಕಾರನ್ನೇ ನೋಡುತ್ತಿದ್ದ. ತನ್ನ ಆಸೆ ಬಗ್ಗೆ ಶ್ರೀಮಂತ ತಂದೆಗೆ ಹೇಳಿದ.

ಆತನ ಪದವಿ ಮುಗಿಯಿತು. ಪರೀಕ್ಷೆಯಲ್ಲಿ ತೇರ್ಗಡೆಯಾದ ಕಾರಣ ತಂದೆ ಆ ಕಾರ್ ಕೊಡಿಸುತ್ತಾರೆ ಎಂಬುದು ಆತನ ನಿರೀಕ್ಷೆ. ಪದವಿ ಪ್ರದಾನಗೊಂಡ ದಿನ

ಮಗನನ್ನು ಕರೆದ ತಂದೆ, ಆತನಿಗೆ ಸಣ್ಣ ಪೆಟ್ಟಿಗೆಯೊಂದನ್ನು ನೀಡಿದ. ತೆರೆದು ನೋಡಿದರೆ, ಧರ್ಮಗ್ರಂಥವೊಂದು ಕಾಣಿಸಿತು. ಸಿಟ್ಟಿಗೆದ್ದು ಆತ ಕೂಗಿದ 'ಇಷ್ಟೊಂದು ದುಡ್ಡು ಇರುವ ನೀನು ನನಗೆ ಪುಸ್ತಕ ಕೊಟ್ಟಿರುವಿಯಲ್ಲ' ಎಂದವನೇ ಪುಸ್ತಕವನ್ನು ಎಸೆದು ಮನೆ ಬಿಟ್ಟುಹೋದ.

ಕೆಲವು ವರ್ಷ ಕಳೆಯಿತು. ಕಂಡಕಂಡಲ್ಲಿ ತಿಂದು, ಕೈಗೆ ಸಿಕ್ಕ ಕೆಲಸವನ್ನೆಲ್ಲ ಮಾಡಿ ಆತ ಶ್ರೀಮಂತನಾಗಿದ್ದ. ಹೀಗೊಂದು ದಿನ ತನ್ನ ತಂದೆಯನ್ನು ಕಾಣಬೇಕೆಂಬ ಹಂಬಲ ಉಂಟಾಯಿತು. ಆಗ ಟೆಲಿಗ್ರಾಂ ಬಂತು. ಅದರಲ್ಲಿ ತಂದೆ ತೀವ್ರ ಕಾಯಿಲೆಯಿಂದ ಬಳಲುತ್ತಿದ್ದಾರೆ ಎಂಬ ಸಂದೇಶ ಇದ್ದಿತ್ತು.

ಆತ ಊರಿಗೆ ಮರಳಿದ ಒಂದೆರಡು ದಿನಗಳ ಬಳಿಕ ತಂದೆ ವಿಧಿವಶನಾದ. ದಾಖಲೆ ಪತ್ರಗಳನ್ನು ಹುಡುಕುತ್ತಿದ್ದಾಗ, ತಂದೆ ಕೊಟ್ಟಿದ್ದ ಪುಸ್ತಕ ಸಿಕ್ಕಿತು. ತೆರೆದು ನೋಡಿದಾಗ ಅದರೊಳಗೆ ಪತ್ರವೊಂದಿತ್ತು. ಅದು ಆತ ಆಶಿಸಿದ್ದ ಸ್ಪೋರ್ಟ್ಸ್ ಕಾರಿನ ಪತ್ರಗಳು. ಆತನ ಹೆಸರಿನ ದಾಖಲೆಗಳಿದ್ದವು. ದುಡುಕಿ ಬದುಕಿನ ಸಂತಸದ ಕ್ಷಣಗಳನ್ನು, ತಂದೆಯ ಸಾಮೀಪ್ಯ–ಪ್ರೀತಿಯನ್ನು ಕಳೆದುಕೊಂಡಿದ್ದಕ್ಕೆ ಆತ ದುಃಖಿತನಾದ. ಕಳೆದುಹೋದ ಕ್ಷಣ ವಾಪಸ್ ಬಾರದು ಎಂದು ದುಃಖಿಸಿದ.

- ಹಿರಿಯರ ಅಭಿಪ್ರಾಯ ಮತ್ತು ಅನುಭವವನ್ನು ಗೌರವಿಸಬೇಕು.
- ಒಮ್ಮಿಂದೊಮ್ಮೆಲೆ ಯಾವುದೇ ನಿರ್ಧಾರಕ್ಕೆ ಬರಬಾರದು.
- ಯೋಚಿಸಿ, ವಿಶ್ಲೇಷಿಸಿ, ಬಳಿಕ ಪ್ರತಿಕ್ರಿಯಿಸಬೇಕು.
- ಭವಿಷ್ಯದಲ್ಲಿ ಪಶ್ಚಾತ್ತಾಪ ಪಡಬಹುದಾದ ಸನ್ನಿವೇಶಗಳನ್ನು ಸೃಷ್ಟಿಸಬಾರದು.

ನಿಜವಾದ ಮಿತ್ರ ಯಾರು?

ಉತ್ತಮ ಕೆಲಸಗಳು ಸ್ನೇಹಿತರು–ಖ್ಯಾತಿಯಾಗಿ ಬದಲಾಗುತ್ತವೆ.

ವ್ಯಕ್ತಿಯೊಬ್ಬನನ್ನು ಆತ ಮಾಡದ ಅಪರಾಧದಲ್ಲಿ ಆರೋಪಿ ಎಂದು ಪರಿಗಣಿಸಿ, ವಾರಂಟ್ (ಬಂಧನ ಆಜ್ಞೆ) ಹೊರಡಿಸಲಾಯಿತು.

ಆತನಿಗೆ ಮೂವರು ಮಿತ್ರರಿದ್ದರು. ಒಬ್ಬನನ್ನು ಕೇಳಿದ, 'ನನ್ನ ಪರವಾಗಿ ಸಾಕ್ಷಿ ಹೇಳಿ, ನನ್ನ ನಿರಪರಾಧಿತ್ವವನ್ನು ಸಾಬೀತುಪಡಿಸು'. ಮಿತ್ರ ಹೇಳಿದ, 'ನಾನು ಮನೆ

ಯಿಂದ ಹೊರಬರಲಾರೆ. ಇಲ್ಲಿಂದಲೇ ಸಹಾಯ ಮಾಡಬಹುದಷ್ಟೆ'. ಆರೋಪ ಹೊತ್ತವ ಇನ್ನಿಬ್ಬರು ಸ್ನೇಹಿತರನ್ನು ಕೇಳಿಕೊಂಡ. ಎರಡನೆಯವ ಹೇಳಿದ, 'ನಾನು ಕೋರ್ಟ್‌ನ ಬಾಗಿಲಲ್ಲಿ ನಿಂತು ಸಾಕ್ಷ್ಯ ಹೇಳಬಲ್ಲೆ, ಆದರೆ, ಸಾಕ್ಷಿ ಕಟಕಟೆಯಲ್ಲಿ ನಿಲ್ಲಲಾರೆ'.

ಆದರೆ ಮೂರನೆಯಾತ ಹೇಳಿದ, 'ನೀನು ಹೇಳಿದಲ್ಲಿ, ಹೇಳಿದ ಕಡೆ ಬಂದು ಸಾಕ್ಷ್ಯ ಹೇಳುವೆ'.

ಇದು ನಮ್ಮ ಬದುಕಿನ ಕತೆ. ಮೊದಲನೆಯದು ಆಸ್ತಿ. ಅದು ಮನೆ ಬಿಟ್ಟು ಹೊರಬರದು. ಎರಡನೆಯದು ಸಂಬಂಧಿಕರು. ಅವರು ಸ್ಮಶಾನದವರೆಗೆ ಮಾತ್ರ ಬರಬಲ್ಲರು. ಮೂರನೆಯದು ವ್ಯಕ್ತಿಯ ಗುಣ ಮತ್ತು ಆತ ಮಾಡಿದ ಒಳ್ಳೆಯ ಕೆಲಸ. ಅವು ವ್ಯಕ್ತಿ ಮೃತಪಟ್ಟ ಬಳಿಕವೂ ಉಳಿಯುತ್ತವೆ.

- ಜೀವನದಲ್ಲಿ ನಿಮ್ಮ ಗುರಿ ಸ್ಪಷ್ಟವಾಗಿರಲಿ.
- ಸಕಾರಾತ್ಮಕ ಆಲೋಚನೆ–ಕ್ರಿಯೆಗಳ ಬದುಕು ಬಾಳಿ.
- ಒಳ್ಳೆಯ ಕೆಲಸ ಚಿರಸ್ಥಾಯಿ.
- ಹಣದಿಂದ ಗೌರವದ ಬದುಕು ಖಾತ್ರಿಯಿಲ್ಲ.

ಸರಿಯಾದ ಔಷಧ

ನಮ್ಮ ಸಮಸ್ಯೆಯಲ್ಲೇ ಪರಿಹಾರ ಅಡಗಿ ಕುಳಿತಿರುತ್ತದೆ.

ಬೊಜ್ಜು ಮೈ ಹೊಂದಿದ್ದ ಮಹಿಳೆಯೊಬ್ಬಳು ನಡಿಗೆಯೂ ಸಾಧ್ಯವಾಗದ ಸ್ಥಿತಿ ತಲುಪಿದಳು. ವೈದ್ಯನೊಬ್ಬನನ್ನು ಭೇಟಿ ಮಾಡಿ, ಕೊಬ್ಬು ಕರಗಿಸಲು ಔಷಧ ಕೊಡ ಬೇಕೆಂದು ಕೋರಿದಳು.

ವೈದ್ಯ ಆಕೆಗೆ ಕೆಲವು ಪ್ರಶ್ನೆ ಕೇಳಿದ. 'ಎರಡು ದಿನ ಬಿಟ್ಟು ಬಾ. ನಾನು ನಿನ್ನ ರೋಗಕ್ಕೆ ಔಷಧ ಏನು ಎಂಬುದನ್ನು ಪತ್ತೆ ಹಚ್ಚಿರುತ್ತೇನೆ' ಎಂದು ಹೇಳಿ ಆಕೆಯನ್ನು ಕಳಿಸಿದ.

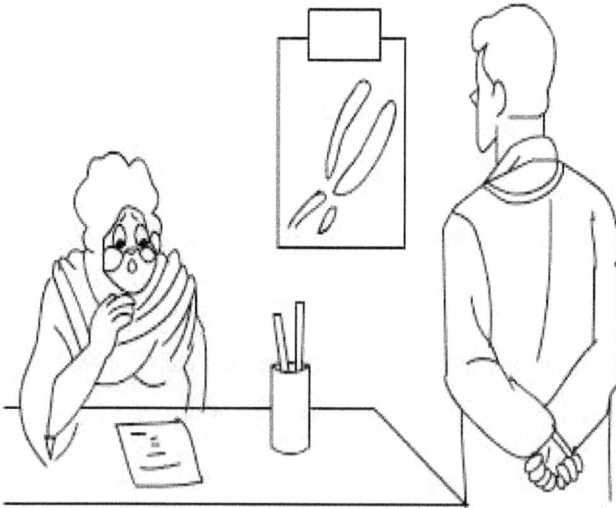

ಎರಡು ದಿನಗಳ ಬಳಿಕ ಆಕೆ ಮತ್ತೆ ವೈದ್ಯನನ್ನು ಭೇಟಿ ಮಾಡಿದಳು. ವೈದ್ಯ ಹೇಳಿದ, 'ಮೇಡಂ, ನಿಮ್ಮ ಕಾಯಿಲೆಗೆ ಮದ್ದು ಇಲ್ಲ. ನಿಮಗಿರುವುದು 10 ದಿನ ಆಯಸ್ಸು ಮಾತ್ರ. ಅಷ್ಟು ದಿನ ಸಂತೋಷದಿಂದಿರಿ'.

ಮಹಿಳೆ ಬೆಚ್ಚಿಬಿದ್ದಳು, ಅತ್ತಳು. ಕಣ್ಣೀರು ಸುರಿಸುತ್ತ ಮನೆಗೆ ಹೋದಳು. ಊಟ, ತಿಂಡಿ, ಪಾನೀಯ ಸೇವನೆ ನಿಲ್ಲಿಸಿದಳು. 10 ದಿನಗಳಲ್ಲಿ ಆಕೆಯ ರೂಪವೇ ಬದಲಾಯಿತು. ತೂಕ ಕಳೆದುಕೊಂಡು ತೆಳ್ಳಗಾದಳು. ಆದರೆ, ಸಾಯಲಿಲ್ಲ.

11ನೇ ದಿನ 'ತಾನು ಸತ್ತಿಲ್ಲ' ಎಂದು ಹೇಳಬೇಕೆಂದು ವೈದ್ಯನ ಬಳಿ ಹೋದಳು. ವೈದ್ಯ ಕೇಳಿದ, 'ಈಗ ಹೇಗಿದ್ದೀರಿ? ದಪ್ಪಗೆ ಅಥವಾ ತೆಳ್ಳಗೆ'. ಆಕೆ ಹೇಳಿದಳು 'ತೆಳ್ಳಗಾಗಿದ್ದೇನೆ. ಸಾವಿನ ಭಯದಿಂದ ತೂಕ ಕಳೆದುಕೊಂಡೆ'.

ವೈದ್ಯ ಹೇಳಿದ 'ಅದೇ ನಿಮಗೆ ಸೂಕ್ತ ಔಷಧ'.

ಆಕೆ ಖುಷಿಯಾಗಿ, ನಗುತ್ತ ಮನೆಗೆ ವಾಪಸಾದಳು.

- ಸಮಸ್ಯೆ ನಿಮ್ಮನ್ನು ಸಂಪೂರ್ಣವಾಗಿ ಕಂಗಾಲಾಗಿಸುವಷ್ಟು ಬೆಳೆಯಲು ಬಿಡಬೇಡಿ.

- ರೋಗ ಬಾರದಂತೆ ನೋಡಿಕೊಳ್ಳಿ. ಅದು ಔಷಧ ಸೇವಿಸಿ ವಾಸಿಮಾಡಿಕೊಳ್ಳುವುದಕ್ಕಿಂತ ಉತ್ತಮ.

- ಆತಂಕದಿಂದ ಕ್ರಿಯೆ ತಡವಾಗುತ್ತದೆ, ಅದು ಸಮಸ್ಯೆಗೆ ಪರಿಹಾರವಲ್ಲ.

ಶ್ರೀಮಂತ V/S ಬಡವ

ನೆಪ ಹೇಳುವುದು ಸೋಮಾರಿತನ ಮತ್ತು ಸ್ವಾರ್ಥದ ಸೂಚನೆ

ಬಡ ವ್ಯಕ್ತಿಯೊಬ್ಬ ತನ್ನ ಮಗಳ ಮದುವೆಗೆ ಹಣ ಹೊಂದಿಸಲು ಪರದಾಡುತ್ತಿದ್ದ. ಕೊನೆಗೊಮ್ಮ ಊರಿನ ಶ್ರೀಮಂತನನ್ನು ಸಾಲ ಕೇಳಿದ. ಆತನಿಗೆ ಹಣ ಕೊಡಲು ಮನಸ್ಸಿರಲಿಲ್ಲ. ಹೇಳಿದ, 'ಸದ್ಯಕ್ಕೆ ನನ್ನ ಬಳಿ ಹಣವಿಲ್ಲ. ಕೆಲ ದಿನ ಬಿಟ್ಟು ಬಾ'.

ಖಾಲಿ ಕೈಯಲ್ಲಿ ವಾಪಸಾದ ಬಡವ, ಕೆಲ ದಿನಗಳ ಬಳಿಕ ಮತ್ತೆ ಶ್ರೀಮಂತನ ಬಳಿ ಬಂದು ಹಣಕ್ಕಾಗಿ ದುಂಬಾಲು ಬಿದ್ದ.

ಶ್ರೀಮಂತ ಹೇಳಿದ, 'ಹಣವೇನೋ ಇದೆ. ಆದರೆ, ನಮ್ಮ ಕ್ಯಾಶಿಯರ್ ಊರಿನಲ್ಲಿ ಇಲ್ಲ. ಕೆಲದಿನ ಬಿಟ್ಟು ಬಾ'.

ಬಡವನಿಗೆ ಶ್ರೀಮಂತನ ಮನಸ್ಸು ಅರ್ಥವಾಯಿತು. ಹಣ ಕೊಡಲು ಇಷ್ಟವಿಲ್ಲ ಎಂಬುದನ್ನು ಅರಿತ ಆತ 'ಶ್ರೀಮಂತರು ಕೂಡಾ ಮನುಷ್ಯರು ಎಂದು ನಾನು ಭಾವಿಸಿದ್ದೆ. ಅದು ಸುಳ್ಳಾಯಿತು' ಎಂದು ಹೇಳುತ್ತ ಮರಳಿದ.

- ತುರ್ತುಪರಿಸ್ಥಿತಿ ಸೃಷ್ಟಿಯಾಗುವ ಮೊದಲೇ ಅದರ ನಿರ್ವಹಣೆಗೆ ಯೋಜನೆ ಸಿದ್ಧವಾಗಿಟ್ಟುಕೊಳ್ಳಿ.
- ಶ್ರೀಮಂತರ ಬಳಿ ಹಣ ಇರಬಹುದು. ಜತೆಗೆ, ಅಭದ್ರತೆಯ ಭಯವೂ ಇರುತ್ತದೆ.

ನಿಜವಾದ ಭಕ್ತ

ದುಷ್ಟರ ಮಾತನ್ನು ನಿರ್ಲಕ್ಷಿಸಿ, ಅದಕ್ಕೆ ಪ್ರತಿಕ್ರಿಯಿಸಬೇಡಿ.

ಏಕನಾಥ ನಿಜವಾದ ಭಕ್ತ. ಪ್ರತಿದಿನ ಸ್ನಾನದ ಬಳಿಕ ಪ್ರಾರ್ಥಿಸಲೆಂದು ಗುಡಿಗೆ ಹೋಗುತ್ತಿದ್ದ.

ಒಂದು ದಿನ ಆತ ದೇವಾಲಯಕ್ಕೆ ಹೋಗುತ್ತಿರುವಾಗ ಅವನನ್ನು ಕಂಡರೆ ಮತ್ಸರವಿದ್ದ ವ್ಯಕ್ತಿಯೊಬ್ಬ ಮುಖಕ್ಕೆ ಉಗಿದ. ಏಕನಾಥ ಯಾವುದೇ ಪ್ರತಿಕ್ರಿಯೆ ನೀಡಲಿಲ್ಲ.

ಬದಲಿಗೆ ಮನೆಗೆ ಮರಳಿ ಮತ್ತೆ ಸ್ನಾನ ಮಾಡಿ ದೇಗುಲಕ್ಕೆ ಹೊರಟ. ಅವನು ಬರುವುದನ್ನೇ ಕಾಯುತ್ತಿದ್ದ ವ್ಯಕ್ತಿ ಮತ್ತೆ ಮುಖಕ್ಕೆ ಉಗಿದ.

ಏಕನಾಥ ಮನೆಗೆ ಮರಳಿದ. ಸ್ನಾನ ಮಾಡಿದ. ವ್ಯಕ್ತಿ ಮತ್ತೆ ಉಗಿದ. ಇದು ಮತ್ತೆಮತ್ತೆ ಪುನರಾವರ್ತನೆಗೊಂಡಿತು. ಏಕನಾಥ ಬೇಸರಗೊಳ್ಳಲಿಲ್ಲ. ಆದರೆ, ವ್ಯಕ್ತಿಗೇ ನಾಚಿಕೆಯಾಯಿತು. ಆತ ಏಕನಾಥನ ಕ್ಷಮೆ ಕೋರಿದ.

'ದೇವರು ನಾನು ಹಲವು ಸಲ ಸ್ನಾನ ಮಾಡಬೇಕೆಂದು ಬರೆದಿದ್ದ' ಎಂದಷ್ಟೇ ಏಕನಾಥ ಹೇಳಿದ. ಪಶ್ಚಾತ್ತಾಪಗೊಂಡ ವ್ಯಕ್ತಿ ಬದಲಾದ. ಏಕನಾಥನ ಅನುಯಾಯಿ ಯಾದ.

* ಒಳಿತು ಕೆಟ್ಟದ್ದರ ಮೇಲೆ ವಿಜಯ ಸಾಧಿಸುತ್ತದೆ, ತಡವಾಗಿಯಾದರೂ.

* ದುಷ್ಟರಿಗೆ ಬದಲಾಗಲು ಅವಕಾಶ ಕೊಡಬೇಕು.

* ಮೂರ್ಖರ ಮಾತಿಗೆ ಪ್ರತಿಕ್ರಿಯಿಸದಿರುವವನೇ ಜ್ಞಾನಿ.

ಕ್ರಿಸ್ತನ ಕರುಣೆ

ಬೇರೊಬ್ಬರ ಬಗ್ಗೆ ತೀರ್ಪು ನೀಡುವ ಮುನ್ನ ನಿಮ್ಮನ್ನು ಸರಿಪಡಿಸಿಕೊಳ್ಳಿ.

ದಾರಿ ತಪ್ಪಿದ ಮಹಿಳೆಯೊಬ್ಬಳನ್ನು ಕ್ರಿಸ್ತನ ಬಳಿ ಎಳೆದು ತಂದ ಜನ, ಆಕೆಯ ಪಾಪಕ್ಕೆ ತಕ್ಕ ಶಿಕ್ಷೆ ಕೊಡಬೇಕೆಂದು ಆಗ್ರಹಿಸಿದರು. ಆಕೆಗೆ ಸಾವೇ ಸೂಕ್ತ ಎಂಬುದು ಜನರ ಅಭಿಪ್ರಾಯವಾಗಿತ್ತು. ಕ್ರಿಸ್ತ ದೀನಳಾಗಿ ನಿಂತ ಆ ಮಹಿಳೆಯನ್ನು ನೋಡಿದ 'ಆಕೆ ತನ್ನ ತಪ್ಪು ಒಪ್ಪಿಕೊಂಡಿದ್ದಾಳೆ. ತಪ್ಪಿಗೆ ತಕ್ಕ ಶಿಕ್ಷೆ ವಿಧಿಸುವುದು ಸರಿ' ಎಂದ. ಗುಂಪು ಕೂಗಿತು 'ಮರಣದಂಡನೆ ವಿಧಿಸಿ. ಪಾಪಿಗೆ ಅದೇ ಸೂಕ್ತ ಶಿಕ್ಷೆ'.

ಕ್ರಿಸ್ತ ಹೇಳಿದ, 'ಹೌದು. ನಿಮ್ಮ ಮಾತಿನಂತೆ ಆಕೆಗೆ ಶಿಕ್ಷೆ ವಿಧಿಸೋಣ. ಎಲ್ಲರೂ ತಲಾ ಐದು ಕಲ್ಲು ತೆಗೆದುಕೊಳ್ಳಿ. ಹೊಡೆಯಲು ಸಿದ್ಧರಾಗಿ'. ಎಲ್ಲರೂ ಕಲ್ಲು ಆರಿಸಿಕೊಂಡು, ಸಿದ್ಧರಾಗಿ ನಿಂತರು. ಆ ಮಹಿಳೆ ಭಯಭೀತಳಾದಳು.

ಆಗ ಕ್ರಿಸ್ತ ಹೇಳಿದ, 'ತಡೆಯಿರಿ, ಯಾರು ಪಾಪ ಮಾಡಿಲ್ಲವೋ, ಅವರು ಮೊದಲು ಆಕೆಗೆ ಹೊಡೆಯಲಿ. ಒಂದೊಮ್ಮೆ ಪಾಪಿಯೊಬ್ಬ ಆಕೆಗೆ ಹೊಡೆದರೆ, ಅವನಿಗೆ ಶಿಕ್ಷೆ ಆಗುತ್ತದೆ'.

ಈ ಮಾತು ಕೇಳಿದ ತಕ್ಷಣ, ಕಲ್ಲು ಹಿಡಿದು ಎತ್ತಿದ್ದ ಕೈಗಳೆಲ್ಲ ಕೆಳಗಿಳಿದವು. ಆ ಮಹಿಳೆಯ ಕಣ್ಣಿನಿಂದ ನೀರು ಇಳಿಯಿತು. ಆಕೆಯ ರಕ್ತಕ್ಕಾಗಿ ಚೀರುತ್ತಿದ್ದ ಗುಂಪು ಹಿಂದೆ ಸರಿಯಿತು. ಕ್ರಿಸ್ತ ಆಕೆಗೆ ಹೇಳಿದ, 'ನೀನು ಇಷ್ಟ ಬಂದಲ್ಲಿ ಹೋಗಬಹುದು. ದೇವರು ಕರುಣಾಮಯಿ. ನಿನ್ನ ತಪ್ಪಿಗೆ ನೀನು ಆತನಲ್ಲಿ ಕ್ಷಮೆ ಕೋರಬಹುದು'.

ಆಕೆ ಕಣ್ಣೀರಾದಳು. ಆಕೆಯ ಪಾಪಗಳು ಕರಗಿದವು.

- **ಬೇರೆಯವರ ಬಗ್ಗೆ ತೀರ್ಪು ನೀಡುವ ಮುನ್ನ ಯೋಚಿಸು.**
- **ತಪ್ಪು ಮಾಡಿದವರನ್ನು ಕ್ಷಮಿಸು, ಬದಲಾಗಲು ಅವಕಾಶ ಕೊಡು.**
- **ತಪ್ಪು ಮಾನವ ಸಹಜ. ಕ್ಷಮಿಸುವುದು ದೈವತ್ವ**

ಧೈರ್ಯಶಾಲಿ

ಗುರಿ ಸಾಧಿಸುವ ಛಲ ದೌರ್ಬಲ್ಯಗಳನ್ನು ಮೆಟ್ಟಿ ನಿಲ್ಲುತ್ತದೆ.

ಮಹಿಳೆಯೊಬ್ಬಳು ಆಟೋಗೆ ರಸ್ತೆ ಬದಿಯಲ್ಲಿ ನಿಂತು ಕಾಯುತ್ತಿದ್ದಳು. ಅಷ್ಟರಲ್ಲಿ ರಿಕ್ಷಾ ಬಂದಿತು. ಚಾಲಕ ಕರೆದ, 'ರಿಕ್ಷಾಗೆ ಕಾಯುತ್ತಿದ್ದೀರಾ? ಬನ್ನಿ, ಎಲ್ಲಿಗೆ ಹೋಗಬೇಕು ಹೇಳಿ, ಕರೆದೊಯ್ಯುವೆ'.

ಮಹಿಳೆ ರಿಕ್ಷಾ ಹತ್ತಿದಳು. ಚಾಲಕ ಚಾತುರ್ಯದಿಂದ, ಎಚ್ಚರಿಕೆಯಿಂದ ವಾಹನ ಚಾಲನೆ ಮಾಡುತ್ತಿದ್ದುದನ್ನು ಗಮನಿಸಿದಳು. ಆಕೆಯ ಪ್ರಶ್ನೆಗಳಿಗೆ ಆತ ಸೌಜನ್ಯದಿಂದ ಚುಟುಕಾಗಿ ಉತ್ತರಿಸುತ್ತಿದ್ದ.

ಆತನನ್ನು ಗಮನವಿಟ್ಟು ನೋಡಿದಾಗ, ಎಡಗಾಲು ಇಲ್ಲದ್ದು ಗೊತ್ತಾಯಿತು.
ಮಹಿಳೆ ಈ ಕುರಿತು ಪ್ರಶ್ನಿಸಿದಳು. ತುಂಬ ಒತ್ತಡ ಹಾಕಿದ ಬಳಿಕ ಚಾಲಕ
ಬಾಯಿಬಿಟ್ಟ, ಆತ ಬಿಹಾರ ಮೂಲದ ರೈತ. ಅಪಘಾತದಲ್ಲಿ ಕಾಲು ಕಳೆದುಕೊಂಡ.
ಕುಟುಂಬಕ್ಕೆ ಹೊರೆ ಆಗಬಾರದೆಂದು ನಿರ್ಧರಿಸಿ, ಪತ್ನಿಯೊಂದಿಗೆ ಊರು ಬಿಟ್ಟ,
ನಗರಕ್ಕೆ ಬಂದು ಬಾಡಿಗೆಗೆ ರಿಕ್ಷಾ ಪಡೆದು ಓಡಿಸಲಾರಂಭಿಸಿದ. ಪತ್ನಿ ಕೂಡಾ
ಕೆಲಸಕ್ಕೆ ಹೋಗಲಾರಂಭಿಸಿದಳು. ತಮ್ಮ ಮಗುವಿಗೆ ಉತ್ತಮ ವಿದ್ಯಾಭ್ಯಾಸ ಕೊಟ್ಟು,
ಆತ ಒಳ್ಳೆಯ ಕೆಲಸಕ್ಕೆ ಸೇರಬೇಕು ಎಂಬುದು ಇಬ್ಬರ ಆಸೆಯಾಗಿತ್ತು.

ಇಷ್ಟು ಹೇಳುವಷ್ಟರಲ್ಲಿ ಮಹಿಳೆ ಇಳಿಯಬೇಕಿದ್ದ ಪ್ರದೇಶ ಸಮೀಪಿಸಿತು. ಸಣ್ಣ
ರಸ್ತೆಯಾದ್ದರಿಂದ, ಮನೆಯಿಂದ ಸ್ವಲ್ಪ ದೂರದಲ್ಲೇ ಇಳಿಯುವುದಾಗಿ ಆಕೆ
ಹೇಳಿದಳು. ಚಾಲಕ ಇದಕ್ಕೆ ಒಪ್ಪಲಿಲ್ಲ. ಮನೆ ಬಳಿಯೇ ಇಳಿಯಬೇಕೆಂದು
ಒತ್ತಾಯಿಸಿದ. ನಿಧಾನವಾಗಿ ಚಾಲನೆ ಮಾಡಿ, ಮನೆ ಬಳಿ ಆಕೆಯನ್ನು ಇಳಿಸಿದ.
ಆತನ ವರ್ತನೆ, ಸೌಜನ್ಯವನ್ನು ಮೆಚ್ಚಿದ ಆಕೆ, ಸ್ವಲ್ಪ ಹೆಚ್ಚು ಹಣ ನೀಡಿದಳು.

ಆತ ಖುಷಿಯಿಂದ ಅಲ್ಲಿಂದ ತೆರಳಿದ.

- ಸವಾಲಿಗೆ ಹೆದರಿ ಓಡದಿರಿ. ಅದನ್ನು
  ಎದುರಿಸಿ.
- ಕಷ್ಟಗಳು ಬದುಕುವ ಛಲ, ಧೈರ್ಯ
  ಹೆಚ್ಚಿಸುತ್ತವೆ.
- ಶ್ರದ್ಧೆಯಿಂದ ಕೆಲಸವನ್ನು ಮಾಡಿ.

ಅನುಕರಣೆ ಸಲ್ಲದು

ಪ್ರತಿಭಾವಂತನ ಮೂಲಗುಣ—ಸ್ವಂತಿಕೆ, ಚಿಂತನೆಯಲ್ಲಿ ನವೀನತೆ.

ಡಗ್ಲಾಸ್ ಮಲ್ಲೋಚ್ ಬರೆಯುತ್ತಾರೆ;

'ಬೆಟ್ಟದ ತುದಿಯ ದೇವದಾರು ಮರವಾಗಲು ಸಾಧ್ಯವಾಗದಿದ್ದರೆ, ಕಣಿವೆಯಲ್ಲಿನ ಪೊದೆಯಾಗು.

ಆದರೆ, ಬೆಟ್ಟದ ಬದಿಯ ಅತ್ಯುತ್ತಮ, ಸಣ್ಣ ಪೊದೆಯಾಗು;
ಮರವಾಗಲು ಸಾಧ್ಯವಾಗದಿದ್ದರೆ ಪುಟ್ಟ ಪೊದೆಯಾಗು
ಪೊದೆಯಾಗುವುದು ಅಸಾಧ್ಯವಾದರೆ, ಹುಲ್ಲಿನ ಗರಿಯಾಗು,
ಹೆದ್ದಾರಿಯ ಬದಿಯನ್ನು ಸುಂದರಗೊಳಿಸು;
ಕಸ್ತೂರಿ ಗುಲಾಬಿ ಆಗದಿದ್ದರೆ, ಜೊಂಡು ಆಗು
ಆದರೆ, ಕೊಳದಲ್ಲಿನ ಅತ್ಯಂತ ಚುರುಕಾದ ಜೊಂಡು ನೀನಾಗು!

ನಾವೆಲ್ಲರೂ ಹಡಗಿನ ಕ್ಯಾಪ್ಟನ್ ಆಗಲು ಸಾಧ್ಯವಿಲ್ಲ.
ಕೆಲವರು ಸಿಬ್ಬಂದಿ ಆಗಬೇಕು, ಎಲ್ಲರಿಗೂ ಅವರದ್ದೇ ಆದ ಸ್ಥಾನ ಇರುತ್ತದೆ.
ಇಲ್ಲಿ ಕೆಲವು ಕೆಲಸ ದೊಡ್ಡದು, ಉಳಿದವು ಸಣ್ಣವು.
ನಾವು ಮಾಡಬೇಕಾದ್ದನ್ನು ಮಾಡಿ ಮುಗಿಸಬೇಕು.

ಹೆದ್ದಾರಿ ಆಗದಿರಬಹುದು, ಕಿರುದಾರಿ ಆಗು
ಸೂರ್ಯ ಆಗದಿರಬಹುದು, ಸಣ್ಣ ನಕ್ಷತ್ರವಾಗು
ಗೆಲುವು, ಸೋಲು ಗಾತ್ರ ಆಧರಿಸಿಲ್ಲ
ಏನಾಗಿದ್ದೀರೋ, ಅದರಲ್ಲಿ ಅತ್ಯುತ್ತಮ ಆಗು !

ಅನುಕರಣೆ ಬೇಡ
ನಮ್ಮತನ ಕಂಡುಕೊಳ್ಳೋಣ. ನಾವು ನಾವೇ ಆಗೋಣ.

- ನವೀನತೆ ಯಶಸ್ಸಿನ ಕೀಲಿಕೈ.
- ಪರಿಪೂರ್ಣತೆಗಾಗಿ ನಿರಂತರವಾಗಿ
  ಶ್ರಮಿಸಬೇಕು.
- ಅನುಕರಣೆಯಿಂದ ಶ್ರೇಷ್ಠತೆ ಸಾಧ್ಯವಿಲ್ಲ.

ದೈವ ಪ್ರೀತಿ

ದೇವರ ಏಜೆಂಟರಂತೆ ಆಡುವುದು ಸರಿಯಲ್ಲ.

ಪ್ರವಾದಿ ಮೋಸೆಸ್ ಕುರಿತ ಕಥನ ಇದು.

ಕುರಿಗಾಹಿಯೊಬ್ಬನ ಪ್ರಾರ್ಥನೆ ಮೋಸೆಸರಿಗೆ ಕೇಳಿಸಿತು. 'ಓ ದೇವರೇ, ನೀನು ಎಲ್ಲಿರುವೆ? ನಿನ್ನ ಬಟ್ಟೆಯನ್ನು ನಾನು ಹೇಗೆ ಹೊಲಿಯಲಿ? ಚಪ್ಪಲಿಯನ್ನು ಹೇಗೆ ಸರಿಪಡಿಸಲಿ? ಹಾಲನ್ನು ಹೇಗೆ ಕೊಡಲಿ' ಎಂದು ಕುರಿಗಾಹಿ ಪ್ರೀತಿ ತುಂಬಿದ ದನಿಯಲ್ಲಿ ಪ್ರಾರ್ಥಿಸುತ್ತಿದ್ದ.

ಮೋಸೆಸ್ ಈ ಪ್ರಾರ್ಥನೆ ಕೇಳಿ ಚಕಿತರಾದರು. ಇದು ದೈವನಿಂದನೆ ಎಂದು ಅವರಿಗೆ ಅನ್ನಿಸಿತು.

ಕುರಿಗಾಹಿ ಇದ್ದಲ್ಲಿಗೆ ಧಾವಿಸಿ, ಪ್ರಶ್ನಿಸಿದರು. ''ಏನಯ್ಯಾ? ಹೀಗೆ ಮಾತನ್ನಾಡಲು ನಿನಗೆಷ್ಟು ಧೈರ್ಯ? ನೀನು ಕೊಟ್ಟ ಹಾಲು ಕುಡಿಯಲು, ನಿನ್ನಿಂದ ತಲೆ ಬಾಚಿಸಿಕೊಳ್ಳಲು ದೇವರೇನು ಮನುಷ್ಯನೇ? ನಿನ್ನ ಮಾತು ಧರ್ಮನಿಂದನೆ ಆಗುತ್ತದೆ'.

ಕುರಿಗಾಹಿ ತಬ್ಬಿಬ್ಬಾದ. ತಾನೇನೋ ತಪ್ಪು ಮಾಡಿದ್ದೇನೆ ಎಂಬ ಭಾವನೆ ಆತನಿಗೆ ಬಂದಿತು. ಮೋಸೆಸರಲ್ಲಿ ಕ್ಷಮೆ ಯಾಚಿಸಿ, ಅಳುತ್ತ ಅಲ್ಲಿಂದ ತೆರಳಿದ.

ತಾನು ಆ ಮೂರ್ಖನಿಗೆ ಸರಿಯಾದ ಬುದ್ಧಿ ಕಲಿಸಿದೆ ಎಂದುಕೊಂಡರು ಮೋಸೆಸ್. ತತ್‌ಕ್ಷಣ ಧ್ವನಿಯೊಂದು ಗುಡುಗಿತು. ''ಏನಯ್ಯಾ ಮೋಸೆಸ್, ನನ್ನ ಮಗು ಹಾಗೂ ನನ್ನ ನಡುವೆ ನಿನಗೇನು ಕೆಲಸ? ನಮ್ಮಿಬ್ಬರನ್ನು ಬೇರೆ ಮಾಡಲು ನಿನಗೇನು ಹಕ್ಕು ಇದೆ? ನನ್ನ ಭಕ್ತನನ್ನು ನನ್ನಿಂದ ದೂರ ಮಾಡಿದೆಯೇಕೆ? ನನಗೆ ಹೊಗಳಿಕೆ ಇಲ್ಲವೇ ಪೂಜೆ ಬೇಕಿಲ್ಲ. ನಿಸ್ವಾರ್ಥ ನಂಬಿಕೆ ಮಾತ್ರ ಬೇಕು' ಎಂದು ಧ್ವನಿ ಹೇಳಿತು.

ಮೋಸೆಸ್‌ಗೆ ಅಶರೀರವಾಣಿ ಕೇಳಿ ಜ್ಞಾನೋದಯವಾಯಿತು. ತಕ್ಷಣ ಕುರಿಗಾಹಿಯನ್ನು ಹುಡುಕಲಾರಂಭಿಸಿದರು. ಆತ ತೊರೆಯೊಂದರ ಬಳಿ ಧ್ಯಾನದಲ್ಲಿ ತೊಡಗಿದ್ದ. ಶಾಂತಿ, ಸಮಾಧಾನ ಅವನಲ್ಲಿ ನೆಲೆಸಿತ್ತು.

- ಬೇರೆಯವರ ಪರವಾಗಿ ಮಾತನ್ನಾಡುವ ಮೊದಲು, ಸರಿಯಾಗಿ ಪರಿಶೀಲಿಸಿ.
- ವೈಯಕ್ತಿಕ ಹಿತಾಸಕ್ತಿಗೆ ಅನುಗುಣವಾಗಿ ಸಂದೇಶಗಳನ್ನು ವ್ಯಾಖ್ಯಾನಿಸದಿರಿ.
- ಕ್ರಿಯಾಶೀಲರನ್ನು ಉತ್ತೇಜಿಸಿ, ಸದಾಕಾಲ.

ಆದರ್ಶ ಪ್ರೀತಿ

ವ್ಯಕ್ತಿಯನ್ನು ಆತ ಇದ್ದಂತೆಯೇ ಸ್ವೀಕರಿಸಬೇಕು.
ಇದರಿಂದ ನಂಬಿಕೆ, ವಿಶ್ವಾಸ ಹೆಚ್ಚುತ್ತದೆ.

ಆ ದಂಪತಿ ಅನ್ಯೋನ್ಯವಾಗಿ ಬದುಕುತ್ತಿದ್ದರು. ಒಮ್ಮೆ ಪತ್ನಿ ಪತ್ರಿಕೆಯೊಂದರಲ್ಲಿ 'ಸಂಬಂಧಗಳನ್ನು ಉತ್ತಮಗೊಳಿಸುವುದು ಹೇಗೆ' ಎಂಬ ಲೇಖನವೊಂದನ್ನು ಓದುತ್ತಿದ್ದಳು. ಅಲ್ಲಿದ್ದ ಅಂಶಗಳನ್ನು ಅಳವಡಿಸಿಕೊಳ್ಳಲು ಮುಂದಾದಳು.

'ನನ್ನ ನಕಾರಾತ್ಮಕ ಅಂಶಗಳನ್ನು ಪಟ್ಟಿ ಮಾಡಿ. ನಾನು ನಿಮ್ಮ ಬಗೆಗಿನ ಅಂಶಗಳನ್ನು ಪಟ್ಟಿ ಮಾಡುವೆ' ಎಂದಳು. ಪತಿ 'ಆಯಿತು' ಎಂದ. ಮಾರನೆ ದಿನ ಬೆಳಗ್ಗೆ ಪತ್ನಿ, ಉದ್ದವಾದ ಪಟ್ಟಿಯನ್ನು ತೆಗೆದು ಓದಲಾರಂಭಿಸಿದಳು. ಪತಿಯ ಕಣ್ಣಿನಲ್ಲಿ ನೀರು ತುಂಬಿಕೊಂಡಿದ್ದನ್ನು ಆಕೆ ಗಮನಿಸಿದಳು.

ಚಕಿತಳಾದ ಆಕೆ 'ಏಕೆ? ಏನಾಯಿತು?' ಎಂದು ಪತಿಯನ್ನು ಪ್ರಶ್ನಿಸಿದಳು. 'ಏನಿಲ್ಲ. ನೀನು ಓದು' ಎಂದ ಪತಿ. ಪಟ್ಟಿಯನ್ನು ಓದಿ ಮುಗಿಸಿದ ಪತ್ನಿ, 'ಈಗ ನಿಮ್ಮ ಸರದಿ' ಎಂದಳು.

ಪತಿ ಹೇಳಿದ, 'ನನ್ನ ಬಳಿ ಯಾವುದೇ ಪಟ್ಟಿ ಇಲ್ಲ. ನೀನು ಹೇಗಿದ್ದೀಯೋ ಅದು ಸರಿಯಾಗಿದೆ. ನೀನು ಬದಲಾಗಬೇಕು ಎಂದು ನಾನು ಅಂದುಕೊಂಡಿಲ್ಲ'. ಪತ್ನಿ ಅವಾಕ್ಕಾದಳು. ತನ್ನ ಮೇಲಿನ ಪ್ರೀತಿ, ನಂಬಿಕೆಗೆ ಮಾರುಹೋದಳು. ಮುಂದೆಂದೂ ಆಕೆ ಪತಿಯಲ್ಲಿ ತಪ್ಪು ಹುಡುಕಲು ಹೋಗಲಿಲ್ಲ.

ಸಂಬಂಧಗಳು ಗಟ್ಟಿಯಾಗಬೇಕಿದ್ದರೆ, ನಂಬಿಕೆ, ವಿಶ್ವಾಸ ಅಗತ್ಯ.

- ಯಾರೂ ಪರಿಪೂರ್ಣರಲ್ಲ.
- ವ್ಯಕ್ತಿಯಲ್ಲಿರುವ ಸಕಾರಾತ್ಮಕ ಅಂಶಗಳನ್ನು ಮಾತ್ರ ಪರಿಗಣಿಸಬೇಕು.
- ದೋಷಗಳು ಸಹಜ. ಅವುಗಳನ್ನು ತೊರೆಯಲು ಯತ್ನಿಸಬೇಕು.

ನಗುವಿಗೆ ನಾನಾ ಕಾರಣ

ಸಂತಸದ ನಗು ಹಾಗೂ ಸಂತಸದ ನಟನೆ ನಡುವೆ ವ್ಯತ್ಯಾಸವಿದೆ.

ಮೂವರ ಶವಗಳನ್ನು ನಗರದ ಶವಾಗಾರಕ್ಕೆ ತರಲಾಯಿತು. ಮೂವರ ಮುಖದಲ್ಲೂ ಮಂದಹಾಸವಿತ್ತು. ಕಾರಣ ಕಂಡುಹಿಡಿಯಲು ಪೊಲೀಸರು ಮುಂದಾದರು.

ಮೊದಲನೆಯ ಹೆಣ, ಒಬ್ಬ ಜುಗ್ಗನದು. ಆತನಿಗೆ ಹಣ ಎಣಿಸುವುದು ಎಂದರೆ ತುಂಬಾ ಖುಷಿ. ತಾನು ಜೋಡಿಸಿಟ್ಟಿದ್ದ ಹಣವನ್ನು ಎಣಿಸುತ್ತಿರುವಾಗಲೇ ಸತ್ತಿದ್ದ. ಹಣ ಎಣಿಕೆಯ ಖುಷಿ ಆತನ ಮುಖದ ಮೇಲೆ ಉಳಿದುಬಿಟ್ಟಿತ್ತು!

ಎರಡನೆಯವ ಜೂಜುಕೋರ. ಜೂಜಿನಲ್ಲಿ ಭಾರಿ ಗೆಲುವು ಸಾಧಿಸಿದ್ದ. ಆಟ ಆಡುತ್ತಿರುವಾಗಲೇ ಮೃತಪಟ್ಟಿದ್ದ. ಗೆಲುವಿನ ಭಾವ ಮುಖದಲ್ಲಿ ಅರಳಿತ್ತು.

ಮೂರನೆಯಾತ. ಸಿಡಿಲು ಬಡಿದು ಮೃತಪಟ್ಟಿದ್ದ. ಆತ ಒಬ್ಬ ರಾಜಕಾರಣಿ. ಸಿಡಿಲ ಬೆಳಕನ್ನು ಕ್ಯಾಮೆರಾದ ಬೆಳಕು ಎಂದುಕೊಂಡು ಹಲ್ಲು ಬಿಟ್ಟಿದ್ದ!

- ನಗುವಿಗೆ ನಾನಾ ಕಾರಣ ಇರುತ್ತದೆ. ಅದು ನಟನೆ ಆಗಬಾರದು.
- ಅನಗತ್ಯವಾಗಿ ಯಾರನ್ನೂ ಸಂತೈಸಲು ಹೋಗಬೇಡಿ.
- ವೃತ್ತಿ, ಪ್ರವೃತ್ತಿ ಒಂದೇ ಆಗಿರಲಿ.

ಚಹಾದಿಂದ ಉಳಿದ ಜೀವ

ನಿಜವಾದ ಆರೈಕೆ ಜೀವವನ್ನು ಉಳಿಸುತ್ತದೆ.

ಆತನೊಬ್ಬ ವೃದ್ಧ. ತೀವ್ರ ಕಾಯಿಲೆಯಿಂದ ಆಸ್ಪತ್ರೆ ಸೇರಿ, ಶಸ್ತ್ರಚಿಕಿತ್ಸೆಗೆ ಒಳಗಾಗಿ ಸುಸ್ತಾಗಿ ಮಲಗಿದ್ದ. ಆಗ ದಾದಿಯೊಬ್ಬಳು ಬಂದಳು. ರೋಗಿಯನ್ನು ಉದ್ದೇಶಿಸಿ 'ಹಲೋ ಸರ್, ನಾನು ಲಿಲ್ಲಿ. ನಿಮ್ಮ ನರ್ಸ್. ಸ್ವಲ್ಪ ಸೂಪ್ ಕುಡಿಯುತ್ತೀರಾ?'

ರೋಗಿ ಉತ್ತರಿಸಿದ, 'ಬೇಡ, ನನಗೆ ನಿದ್ರೆ ಬರುತ್ತಿದೆ'. ಸ್ವಲ್ಪ ಕಾಲಾನಂತರ ಆಕೆ ಮಾತ್ರೆಯೊಂದನ್ನು ತಂದಿತ್ತಳು. ಅದನ್ನು ನುಂಗಿ, ಆತ ಮತ್ತೆ ಕಣ್ಣು ಮುಚ್ಚಿಕೊಂಡ.

ಆದರೆ, ಲಿಲ್ಲಿ ಸುಮ್ಮನಿರಲಿಲ್ಲ. ಕ್ಯಾಂಟೀನ್‌ಗೆ ಹೋಗಿ 2 ಟೀ ತಂದು, ಮತ್ತೆ ಬಂದಳು, 'ನಾನು ನಿಮ್ಮ ರೂಮ್‌ನಲ್ಲಿ ಕುಳಿತು, ಟಿ.ವಿ. ನೋಡಬಹುದೇ?' ಎಂದವಳು, ಆತನ ಒಪ್ಪಿಗೆ ಬಳಿಕ ಟಿ.ವಿ. ಹಾಕಿದಳು. ಟಿ.ವಿ.ಯ ಶಬ್ದ ಕೇಳಿ ಆತ ಕಣ್ಣು ತೆರೆದ. ಅದನ್ನು ಗಮನಿಸಿದ ಲಿಲ್ಲಿ ಹೇಳಿದಳು, 'ನನ್ನ ಬಳಿ ಇನ್ನೊಂದು ಕಪ್ ಟೀ ಇದೆ. ಬೇಕೇನು?' 'ಅರ್ಧ ಕಪ್ ಮಾತ್ರ' ಎಂದು ಆತ ಪ್ರತಿಕ್ರಿಯಿಸಿದ. ಆಕೆ ಕೊಟ್ಟ ಟೀ ಕುಡಿದ. ಇಬ್ಬರೂ ಕೆಲಕಾಲ ಟಿ.ವಿ. ನೋಡಿದರು. ಆಕೆ ಹೊರಟು ನಿಂತಾಗ, 'ನಾಳೆಯೂ ಬರುತ್ತೀರಾ' ಎಂದು ಆತ ಕೇಳಿದ. ನಗುತ್ತ ಲಿಲ್ಲಿ ಹೇಳಿದಳು, 'ಹೌದು. ಇಬ್ಬರೂ ಟೀ ಕುಡಿದು, ಟಿ.ವಿ. ನೋಡೋಣ'.

ಒಂದೆರಡು ದಿನ ಇದು ಮುಂದುವರಿದಿತು. ಲಿಲ್ಲಿಯ ಸಹವಾಸ, ಆರೈಕೆಯಿಂದ ಆತ ಚೇತರಿಸಿಕೊಂಡ. ಕುಟುಂಬ, ವೃತ್ತಿ, ಮಕ್ಕಳು ಮತ್ತಿತರ ವಿಷಯ ಹಂಚಿಕೊಂಡ. ಕೆಲದಿನಗಳ ಬಳಿಕ ಸಂಪೂರ್ಣ ಗುಣಮುಖನಾದ. ಆಸ್ಪತ್ರೆಯಿಂದ ಆತನನ್ನು ಬಿಡುಗಡೆಗೊಳಿಸಿದರು.

ಕೆಲ ತಿಂಗಳ ಕಳೆಯಿತು. ಲಿಲ್ಲಿ ಅಂಗಡಿಯೊಂದರಲ್ಲಿ ಸಾಮಾನು ಖರೀದಿಸುತ್ತಿದ್ದಳು. ಹಿಂದಿನಿಂದ ಯಾರೋ ಕರೆದಂತಾಯಿತು. 'ಲಿಲ್ಲಿ, ಏನು ಇಲ್ಲಿ? ನಿನ್ನನ್ನು ನೋಡಿ ಸಂತೋಷವಾಯಿತು' ಎಂದವ ಅದೇ ವೃದ್ಧ. ಲಿಲ್ಲಿಯನ್ನು ತನ್ನ ಪತ್ನಿಗೆ ಪರಿಚಯಿಸುತ್ತ ಹೇಳಿದ, 'ಈಕೆ ಟೀ ಕೊಟ್ಟು, ಚೇತರಿಕೆಯ ಮಾತುಗಳನ್ನಾಡಿ ನನ್ನನ್ನು ಉಳಿಸಿದಳು'. ಆತನ ಕೃತಜ್ಞತೆ ಮಾತಿನ ರೂಪದಲ್ಲಿ ಹೊರಹೊಮ್ಮುತ್ತಿತ್ತು. ಒಳ್ಳೆಯ ಕೆಲಸ ವ್ಯರ್ಥವಾಗುವುದಿಲ್ಲ ಎಂಬುದಕ್ಕೆ ಸಾಕ್ಷಿಯಾಗಿತ್ತು.

- ಹಿರಿಯರು–ರೋಗಿಗಳ ಬಗ್ಗೆ ಸಹಾನುಭೂತಿ ಇರಲಿ.
- ಅಸಹಾಯಕ, ದುರ್ಬಲರನ್ನು ಪ್ರೀತಿಯಿಂದ ಮಾತನ್ನಾಡಿಸಿ.
- ನಿಮ್ಮ ಬದುಕನ್ನು ಸುಂದರಗೊಳಿಸಿದವರನ್ನು, ನೆರವಾದವರನ್ನು ಸ್ಮರಿಸಿಕೊಳ್ಳಿ.

ಅಂತರ್ಗತ ಶಕ್ತಿ

ಅಂತರ್ದನಿ–ಪೂರ್ವಸೂಚನೆಗಳನ್ನು ಕಡೆಗಣಿಸಬಾರದು.

ದಂಪತಿ, ಒಂದು ವಿಕಲಚೇತನ ಮಗು ಇದ್ದ ಕುಟುಂಬ. ಪ್ರತಿ ಭಾನುವಾರ ಹೊರಗೆ ಹೋಗುವುದು ಅಭ್ಯಾಸ. ಹೀಗೊಂದು ಭಾನುವಾರ ಆ ಕುಟುಂಬ ಸನಿಹದ ಅರಣ್ಯಪ್ರದೇಶಕ್ಕೆ ಹೋಗಿತ್ತು. ಕಾರ್‌ನ್ನು ಪಾರ್ಕಿಂಗ್ ಜಾಗದಲ್ಲಿ ನಿಲ್ಲಿಸಿ, ಒಳಪ್ರವೇಶಿಸಿ, ಒಂದೆಡೆ ಕೆಲಕಾಲ ಕುಳಿತು ವಿಶ್ರಮಿಸಿಕೊಂಡ ಬಳಿ ಮಧ್ಯಾಹ್ನದ ವರೆಗೆ ಎಲ್ಲೆಡೆ ಸುತ್ತಾಟ.

ಬಳಿಕ ಪಾರ್ಕ್‌ನಲ್ಲಿದ್ದ ಹೋಟೆಲ್‌ನಲ್ಲಿ ಊಟ. ಬಳಿಕ ಮತ್ತೊಂದು ಸುತ್ತು. ಸಂತಸದಾಯಕ ದಿನ. ಸೂರ್ಯ ಮುಳುಗುತ್ತಿದ್ದಂತೆ ಮನೆಗೆ ಹೋಗಲು ಕಾರ್ ನಿಲ್ಲಿಸಿದ್ದ ಬಳಿ ಕುಟುಂಬ ಬಂದಿತು. ಜೇಬಿನಲ್ಲಿ ಹುಡುಕಾಡಿದರೆ ಕೀ ನಾಪತ್ತೆ. ಅಷ್ಟು ದೊಡ್ಡ ಜಾಗ, ಸುತ್ತಾಡಿದಲ್ಲೆಲ್ಲ ಹುಡುಕುವುದು ಹೇಗೆ?

ಆತನ ಮನಸ್ಸು ಹೇಳುತ್ತಿತ್ತು, 'ಬಂದ ತಕ್ಷಣ ವಿಶ್ರಮಿಸಲೆಂದು ಕುಳಿತ ಜಾಗದಲ್ಲಿ ಹುಡುಕು. ಅಲ್ಲೇ ಇದೆ ಕೀ'. ಆ ಜಾಗಕ್ಕೆ ಬಂದು ನೋಡಿದರೆ, ಕೀ ಸಿಗಲಿಲ್ಲ. ಕಾರಿನ ಗಾಜು, ಒಡೆಯುವುದೊಂದೇ ಉಳಿದ ದಾರಿ. ಆದರೂ ಮನಸ್ಸು ಹೇಳುತ್ತಿತ್ತು, 'ಇಲ್ಲೇ ಇದೆ. ಇನ್ನೊಮ್ಮೆ ಹುಡುಕು' ಸರಿ, ಮತ್ತೊಮ್ಮೆ ಸೂಕ್ಷ್ಮವಾಗಿ ಹುಡುಕಿದ. ಕತ್ತಲು ಆವರಿಸುತ್ತಿತ್ತು. ದಟ್ಟ ಹುಲ್ಲಿನಡಿ ಏನೋ ಹೊಳೆದಂತಾಯಿತು. ನೋಡಿದರೆ, ಕೀ ಅಲ್ಲೇ ಇದೆ. ಮನಸ್ಸಿನ ಮಾತು ಕೇಳಿದ್ದರಿಂದ ಪ್ರತಿಫಲ ಸಿಕ್ಕಿತು.

- ಹೊರಗೆ ಹೋದಾಗ ನೀವು ತೆಗೆದುಹೋದ ವಸ್ತುಗಳ ಬಗ್ಗೆ ಜಾಗೃತಿ ವಹಿಸಿ.

- ವಸ್ತುವೊಂದು ಕಳೆದುಹೋದಾಗ, ಗಾಬರಿ ಬೇಡ.

- ಕಳೆದ ಸ್ಥಳದಲ್ಲೇ ಅದು ಇರುತ್ತದೆ, ಬೇರೆಯವರು ಎತ್ತಿಕೊಂಡು ಹೋಗಿರದಿದ್ದ ಪಕ್ಷದಲ್ಲಿ.

ಕುರೂಪದಲ್ಲೂ ಸೌಂದರ್ಯ

ಬದುಕಿನ ಸೌಂದರ್ಯವನ್ನು ಅನುಭವಿಸಲು ಬಡತನ ಅಡ್ಡಿ ಆಗಬೇಕಿಲ್ಲ.
ಬಡತನ ಶಾಪವಲ್ಲ.

ಪಾರ್ಕಿನ ಬೆಂಚ್‌ನಲ್ಲಿ ವೃದ್ಧ ಮಹಿಳೆಯೊಬ್ಬಳು ಕುಳಿತಿದ್ದಳು. ಆಕೆಯ ಬಟ್ಟೆ, ಮುಖ ನೋಡಿದರೆ, ಆಕೆಯ ಸ್ಥಿತಿ ಉತ್ತಮವಾಗಿಲ್ಲ ಎನ್ನುವುದು ಗೊತ್ತಾಗುತ್ತಿತ್ತು. ಬಳಿ ಇದ್ದ ಸಣ್ಣ ಚೀಲದಲ್ಲಿ ತನ್ನ ಎಲ್ಲ ವಸ್ತುಗಳನ್ನು ತುಂಬಿಕೊಂಡಿದ್ದಳು.

ಕಾಲಿನಡಿ ಬಂದ ಇಣಚಿಗಳಿಗೆ ಆಕೆ ತನ್ನ ಬಳಿ ಇದ್ದ ಕಾಳುಗಳನ್ನು ಹಾಕು
ತ್ತಿದ್ದಳು. ಹಕ್ಕಿಗಳು ತಿನ್ನಲೆಂದು ಆಗಾಗ ಧಾನ್ಯ ಒಂದೆಡೆ ಚೆಲ್ಲುತ್ತಿದ್ದಳು. ಹಕ್ಕಿ–
ಇಣಚಿಯ ಆಟ ನೋಡಿ ನಗುತ್ತಿದ್ದಳು.

ಅಲ್ಲಿಗೆ ತಾಯಿ, ಸಣ್ಣ ಮಗು ಬಂದರು. ತಾಯಿಗೆ ಆ ಬೆಂಚಿನಲ್ಲಿ
ಕುಳಿತುಕೊಳ್ಳಲು ಇಷ್ಟ ಇರಲಿಲ್ಲ. ಆದರೆ, ಮಗು ಅಜ್ಜಿಯ ಕೆಲಸ ನೋಡುತ್ತಿತ್ತು.
ಆಕೆಯ ಬಳಿ ಹೋಗಿ, ಕೈಯಿಂದ ಕಾಳುಗಳನ್ನು ಪಡೆದು ಹಕ್ಕಿ–ಇಣಚಿಗೆ ಹಾಕಿತು.
ಅಜ್ಜಿ–ಮಗು ಇಬ್ಬರೂ ಜೋರಾಗಿ ನಗುತ್ತಿದ್ದರು. ಮೊದಲು ಅಜ್ಜಿಯ ಪಕ್ಕದಲ್ಲಿ
ಕುಳಿತುಕೊಳ್ಳಲು ಹಿಂಜರಿದಿದ್ದ ಮಗುವಿನ ತಾಯಿ ತಾನಾಗಿ ಬಂದು ಕುಳಿತಳು.
ಇಬ್ಬರ ನಗುವಿನಲ್ಲಿ ಪಾಲ್ಗೊಂಡಳು. ಆಕೆಯ ಕುರೂಪದ ಹಿಂದಿನ ಸೌಂದರ್ಯ
ಇಬ್ಬರನ್ನೂ ಮೋಡಿ ಮಾಡಿತು. ರೂಪ ನೋಡಿ ತೀರ್ಮಾನಿಸುವುದು ಸರಿಯಲ್ಲ
ಎಂಬ ಅರಿವಾಯಿತು.

- ಬಡತನ ವ್ಯಕ್ತಿಯ ಮನಸ್ಸನ್ನು
  ತಡೆಯಲಾರದು.
- ಪರರ ಬಗೆಗಿನ ಕಾಳಜಿ ನಿಮ್ಮ ನೋವನ್ನು
  ಕಡಿಮೆಗೊಳಿಸುತ್ತದೆ.
- ಬಾಹ್ಯ ಸೌಂದರ್ಯಕ್ಕೆ ಮರುಳಾಗಬಾರದು.
  ಅದು ಶಾಶ್ವತವಲ್ಲ.

ಬಡತನ ಕೇಡು

ನೋವು ಉಂಡವರಿಗೆ ಮಾತ್ರ ಅದರ ತೀವ್ರತೆ ಗೊತ್ತಾಗುತ್ತದೆ.

ಆಕೆಯೊಬ್ಬಳು ಬಡ ಯುವತಿ. ಯುವಕನೊಬ್ಬನಿಂದ ಮೋಸಹೋದ ಆಕೆಗೆ ಒಂದು ಮಗುವಾಯಿತು. ಅವರಿವರ ಮನೆಯಲ್ಲಿ ಕೆಲಸ ಮಾಡಿ ಜೀವಿಸುತ್ತಿದ್ದ ಆಕೆಗೆ ಮಗುವನ್ನು ಸಾಕುವುದು ಸಾಧ್ಯವೇ ಇರಲಿಲ್ಲ. ಮಗುವನ್ನು ಯಾರಿಗಾದರೂ ಕೊಡುವುದೆಂದು ನಿರ್ಧರಿಸಿದಳು.

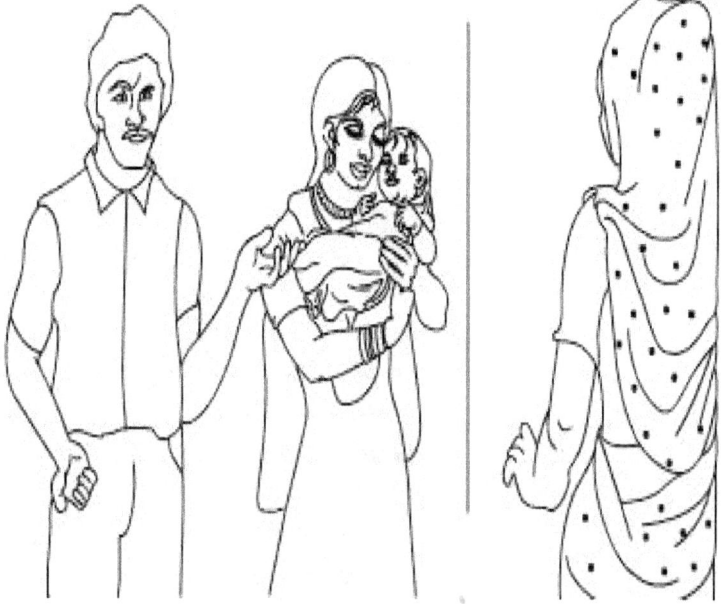

ಆಕೆಯ ಮನೆಯ ಸನಿಹದಲ್ಲೇ ಮಕ್ಕಳಿಲ್ಲದ ದಂಪತಿ ಇದ್ದರು. ಮಗುವಿಗಾಗಿ ಅವರು ಪಟ್ಟ ಪರದಾಟ ಒಂದೆರಡಲ್ಲ. ದಂಪತಿ ಹಾಗೂ ಯುವತಿ ಪರಸ್ಪರ ಒಪ್ಪಿ, ಮಗುವನ್ನು ದತ್ತು ಪಡೆದುಕೊಳ್ಳಲು ನಿರ್ಧರಿಸಿದಳು.

ಸುದ್ದಿ ಬಹಿರಂಗಗೊಂಡಿತು. ಜನ ಇಬ್ಬರನ್ನೂ ದೂಷಿಸಿದರು. ದಂಪತಿಗೆ ಮಗು ಸಿಕ್ಕಿದ್ದರಿಂದ ಆದ ಸಂತೋಷ ಹಾಗೂ ಮಗುವನ್ನು ದತ್ತು ಕೊಟ್ಟಿದ್ದರಿಂದ ಯುವತಿಗೆ ಆದ ಸಂಕಟವನ್ನು ಯಾರೂ ಪರಿಗಣಿಸಲಿಲ್ಲ.

- ಮಕ್ಕಳಿಗೆ ಉತ್ತಮ ಶಿಕ್ಷಣ–ಬದುಕು ನೀಡುವುದು ಪೋಷಕರ ಕರ್ತವ್ಯ.
- ಕ್ರಿಯೆಗಳಿಗೆ ನಾವೇ ಬಾಧ್ಯಸ್ತರು. ಅದರ ಪರಿಣಾಮವನ್ನು ನಾವೇ ಎದುರಿಸಬೇಕು.
- ಬೇರೆಯವರ ಬಗ್ಗೆ ಟೀಕೆ ಸುಲಭ.

ದೇವರ ಕೈ

ಸಂಭವಿಸುವ ಘಟನೆಗಳಿಗೆ ಕೆಲವೊಮ್ಮೆ ಅರ್ಥವಿರುವುದಿಲ್ಲ.
ಆದರೆ, ನಿರ್ದಿಷ್ಟ ಕಾರಣಕ್ಕೆ ಅದು ಆಗಿರುತ್ತದೆ.

ಒಬ್ಬ ರೈತ. ಆತನಿಗೆ ತನ್ನ ಕಾಯಕ ಬಿಟ್ಟರೆ ಬೇರೆ ಗೊತ್ತಿಲ್ಲ. ಅವನಿಗೊಬ್ಬ ಮಗ. ಎಳವೆಯಿಂದಲೇ ಉತ್ತಮ ಗುಣ, ಶೀಲ, ಸ್ವಭಾವ ಬೆಳೆಸಿಕೊಂಡಿದ್ದ.

ಮಗ ತಂದೆಗೆ ಆತನ ಕೆಲಸದಲ್ಲಿ ನೆರವು ನೀಡುತ್ತಿದ್ದ. ಒಂದು ದಿನ ಮಗನಿಗೆ ಹೊಲದಲ್ಲಿ ಒಂದು ದೊಡ್ಡ ಏಡಿ ಕಾಣಿಸಿತು. ಅದನ್ನು ಹಿಡಿದು ತನ್ನ ಬಳಿ ಇದ್ದ

ಮಡಿಕೆಗೆ ಹಾಕಿ, ಮನೆಗೆ ತಂದ. ಊಟವಾದ ಬಳಿಕ ಮಲಗುವ ಮುನ್ನ ಮಡಿಕೆಯನ್ನು ಪಕ್ಕದಲ್ಲಿ ಇಟ್ಟುಕೊಂಡ.

ಮನೆ ಹೊಲದ ಪಕ್ಕ ಇದ್ದುದರಿಂದ, ರಾತ್ರಿ ಸರ್ಪವೊಂದು ಮನೆಗೆ ಪ್ರವೇಶಿಸಿತು. ಮಲಗಿದ್ದ ಬಾಲಕ, ಆತನ ಪಕ್ಕದಲ್ಲಿದ್ದ ಮಡಿಕೆ ಅದರ ಕಣ್ಣಿಗೆ ಬಿದ್ದಿತು. ಮಡಿಕೆಯೊಳಗೆ ಸರ್ಪ ತಲೆ ಹಾಕಿದಾಗ, ಕಾದುಕೊಂಡಿದ್ದ ಎಂಬಂತೆ ಏಡಿ ಭದ್ರವಾಗಿ ಹಿಡಿದು, ಕತ್ತರಿಸಿ ಹಾಕಿತು.

ಹುಡುಗ ಬೆಳಗ್ಗೆದ್ದು ನೋಡುತ್ತಾನೆ. ಸರ್ಪ ಪಕ್ಕದಲ್ಲಿ ಸತ್ತು ಬಿದ್ದಿದೆ. ಆತನ ಮನಸ್ಸಿನಲ್ಲಿ ಪ್ರಶ್ನೆಗಳ ಸರಮಾಲೆ ಸೃಷ್ಟಿಯಾಯಿತು. 'ನಾನು ಏಡಿಯನ್ನು ಹಿಡಿದು ಮನೆಗೇಕೆ ತಂದೆ?' 'ಮನೆಯೊಳಗೆ ಸರ್ಪ ಹೇಗೆ ಬಂದಿತು? ಮಡಿಕೆಯೊಳಗೆ ತಲೆ ಏಕೆ ಹಾಕಿತು? ನನಗೆ ಅದು ಕಚ್ಚಲಿಲ್ಲವೇಕೆ?' ಹೀಗೆ ಆತ ಪ್ರಶ್ನಿಸಿಕೊಳ್ಳುತ್ತಲೇ ಹೋದ. ಹೊಸ ಬೆಳಕೊಂದು ಕಂಡಂತಾಯಿತು. ಪ್ರಶ್ನೆಗಳಿಗೆ ಉತ್ತರ ಕಂಡುಕೊಳ್ಳಲು ಯೋಗ, ಧ್ಯಾನ ಮಾರ್ಗ ಹಿಡಿದ.

- ಎಲ್ಲ ಘಟನೆ ಹಿಂದೆ ನಿರ್ದಿಷ್ಟ ಉದ್ದೇಶ ಇರುತ್ತದೆ.
- ಸಕಾರಾತ್ಮಕ ಕೆಲಸದಿಂದ ಸಕಾರಾತ್ಮಕ ಫಲಿತಾಂಶ ಬರುತ್ತದೆ.
- ಉತ್ತರಗಳ ಹುಡುಕಾಟದಿಂದಲೇ ಯೋಗಿಗಳು, ಸಾಧುಗಳು...ಮತ್ತಿತರರು ಸೃಷ್ಟಿಯಾಗಿದ್ದಾರೆ.

ಮೊಮ್ಮಗನ ನ್ಯಾಯ

ಕೆಲವೊಮ್ಮೆ ಮಕ್ಕಳು ತಮ್ಮ ಪೋಷಕರಿಗೆ ಸರಿಯಾದ ದಾರಿಯನ್ನು ತೋರಿಸುವುದಿದೆ.

ವಯಸ್ಸಾದ ವ್ಯಕ್ತಿಯೊಬ್ಬರು ತಮ್ಮ ಮಗನೊಟ್ಟಿಗೆ ಇದ್ದರು. ಎಲ್ಲರೂ ಒಟ್ಟಿಗೆ ಊಟ, ಆಟ ಆಡುತ್ತಿದ್ದರು.

ಕೆಲ ವರ್ಷ ಕಳೆಯಿತು. ವೃದ್ಧಾಪ್ಯದ ಕಾರಣದಿಂದಾಗಿ ವೃದ್ಧರ ಕೈ ನಡುಗ ಲಾರಂಭಿಸಿತು, ಊಟ ಮಾಡುವುದು ಕಷ್ಟಕರವಾಯಿತು. ಕೈಜಾರಿ ಆಹಾರ

ಪದಾರ್ಥ ಕೆಳಗೆ ಬೀಳುತ್ತಿತ್ತು. ಇದರಿಂದ ಮಗ–ಸೊಸೆಗೆ ಕಿರಿಕಿರಿ ಆಗುತ್ತಿತ್ತು. ತಂದೆಗಾಗಿ ಸಣ್ಣದೊಂದು ಮೇಜು ಮಾಡಿಸಿದ ಮಗ, ಕೊಠಡಿಯ ಮೂಲೆಯಲ್ಲಿ ಅದನ್ನು ಇರಿಸಿ, ಅಲ್ಲಿ ಊಟ ಮಾಡುವ ವ್ಯವಸ್ಥೆ ಕಲ್ಪಿಸಿದ. ಕೈ ನಡುಕದಿಂದಾಗಿ ಹಲವು ಪಿಂಗಾಣಿ ತಟ್ಟೆಗಳನ್ನು ಒಡೆದಿದ್ದರಿಂದಾಗಿ, ಮರದ ತಟ್ಟೆಯೊಂದನ್ನು ತಂದರು. ಹಿರಿಯ ವಯಸ್ಕ ಮೂಲೆಯಲ್ಲಿ ಕುಳಿತು ಮರದ ತಟ್ಟೆಯಲ್ಲಿ ಊಟ ಮಾಡುವ ಸ್ಥಿತಿ ಬಂದಿತು. ದುಃಖಿತನಾಗಿ ಅಳುತ್ತಿದ್ದ.

ಆತನ 5 ವರ್ಷದ ಮೊಮ್ಮಗ ಇದನ್ನೆಲ್ಲ ಮೌನವಾಗಿ ನೋಡುತ್ತಿದ್ದ. ಒಂದು ದಿನ ಮರದ ತುಂಡುಗಳನ್ನು ಕೆತ್ತುತ್ತ ಏನನ್ನೋ ಮಾಡಲು ಯತ್ನಿಸುತ್ತಿದ್ದುದು ತಂದೆಯ ಕಣ್ಣಿಗೆ ಬಿದ್ದಿತು.

ಆತ ಕೇಳಿದ, 'ಮಗನೇ, ಏನು ಮಾಡುತ್ತಿದ್ದಿ?' ಮಗು ಹೇಳಿತು 'ಮರದ ತಟ್ಟೆ ಮಾಡಲು ಯತ್ನಿಸುತ್ತಿದ್ದೇನೆ. ತಾತನಂತೆ ವಯಸ್ಸಾದ ಬಳಿಕ ನೀನು, ಅಮ್ಮನಿಗೆ ಊಟ ಮಾಡಲು ಬೇಕಲ್ಲ?' ಕೆನ್ನೆಗೆ ರಪ್ ಎಂದು ರಾಚಿದಂತಾಯಿತು. ಗಂಡ–ಹೆಂಡತಿಗೆ ತಮ್ಮ ತಪ್ಪು ಅರಿವಾಗಿ, ಪಶ್ಚಾತ್ತಾಪ ಉಂಟಾಯಿತು.

ಅಂದು ರಾತ್ರಿ, ದಂಪತಿ, ಮಗು ಹಾಗೂ ತಾತ ಎಲ್ಲರೂ ಒಟ್ಟಿಗೆ ಊಟ ಮಾಡಿದರು. ಮಗ–ಸೊಸೆ ಹಿರಿಯನ ಕ್ಷಮೆ ಕೋರಿದರು. ವೃದ್ಧ ತನ್ನ ಜೀವನದ ಅಂತ್ಯದವರೆಗೆ ಮೊಮ್ಮಗ, ಮಗ, ಸೊಸೆ ಜತೆ ಸಂತಸದಿಂದ ಜೀವನ ಮಾಡಿದ.

- ತಂದೆ–ತಾಯಿಯನ್ನು ಗೌರವಿಸಿ, ಪ್ರೀತಿ–ಕಾಳಜಿಯಿಂದ ನೋಡಿಕೊಳ್ಳಿ.
- ಮಗುವಿಗೆ ನೀವೇ ಆದರ್ಶವಾಗಿರುವಂತೆ ನಿಮ್ಮ ವರ್ತನೆ ಇರಲಿ.
- ಮಾಡಿದ್ದನ್ನು ಉಣ್ಣಬೇಕಾಗುತ್ತದೆ.

ಸಹೋದರನ ಕಾಳಜಿ

ಕರುಣೆಯಿಂದ ತುಂಬಿದ ಸಣ್ಣ ಕ್ರಿಯೆಗಳು ಜೀವವನ್ನು ಉಳಿಸುತ್ತವೆ.

ಆ ಸಣ್ಣ ಹುಡುಗ ಪ್ರತಿದಿನ ದೇವಾಲಯದ ಬಳಿ ಬಂದು ಕುಳಿತು, ತಾನು ತಂದಿದ್ದ ಹೂವಿನ ಮಾಲೆಗಳನ್ನು ಭಕ್ತರಿಗೆ ಮಾರುತ್ತಿದ್ದ. ಬಹುತೇಕರು ಅವನಿಂದ ಹೂ ಖರೀದಿಸುತ್ತಿದ್ದರು. ಆದರೆ, ಒಬ್ಬ ಮಹಿಳೆ ಮಾತ್ರ ಏನೇ ತಿಪ್ಪರಲಾಗ ಹಾಕಿದರೂ ಕೂಡ ಅವನಿಂದ ಹೂ ಖರೀದಿಸುತ್ತಿರಲಿಲ್ಲ. ಅವನ ಕೂಗು ಆಕೆಯ ಕಿವಿಗೆ ಬೀಳುತ್ತಿರಲಿಲ್ಲ.

ಏನು ಕಾರಣವೋ ಗೊತ್ತಿಲ್ಲ ಆ ಮಹಿಳೆ ಕೆಲವು ದಿನ ದೇವಸ್ಥಾನಕ್ಕೆ ಬರಲಿಲ್ಲ. ಆಕೆ ಮರಳಿ ದೇವಸ್ಥಾನಕ್ಕೆ ಬಂದಾಗ, ಆ ಹುಡುಗ ಅದೇ ಜಾಗದಲ್ಲಿ ಕುಳಿತಿದ್ದನ್ನು ಆಕೆ ಕಂಡಳು. ಆದರೆ, ಆತ ಹೂ ಕೊಳ್ಳಿ ಎಂದು ಆಕೆಯನ್ನು ಕೇಳಲಿಲ್ಲ. ಆಕೆಗೆ ಅತೀವ ಆಶ್ಚರ್ಯ ಆಯಿತು. ಆತನ ಬಳಿ ಹೋಗಿ ಕೇಳಿದಳು, 'ಹೂ ಕೊಂಡುಕೊಳ್ಳಿ ಎಂದು ನೀನೇಕೆ ಒತ್ತಾಯಿಸಲಿಲ್ಲ?'

ಬಾಲಕ ಉತ್ತರಿಸಿದ, 'ಮೇಡಂ, ನೋಡಿದರೆ ಶ್ರೀಮಂತರಂತೆ ಕಾಣುತ್ತೀರಿ. ಆದರೆ, ಒಂದು ದಿನವೂ 10ರೂ. ಕೊಟ್ಟು ನನ್ನ ಬಳಿ ಹೂ ಖರೀದಿಸಲಿಲ್ಲ. ನನ್ನ ಸೋದರಿ ಕಾಯಿಲೆಯಿಂದ ನರಳುತ್ತಿದ್ದಳು. ಅವಳಿಗೆ ಔಷಧ ತಂದುಕೊಡಲು ಹೂವು ಮಾರಾಟ ಮಾಡಲೇಬೇಕಾದ ಅನಿವಾರ್ಯ ಇತ್ತು. ಈಗ ಅವಳಿಲ್ಲ. ಹೀಗಾಗಿ, ದುಂಬಾಲು ಬಿದ್ದು ಹೂವು ಮಾರಲೇಬೇಕಾದ ಅನಿವಾರ್ಯತೆ ಇಲ್ಲ' ಎಂದ.

ಆ ಮಹಿಳೆಗೆ ಮುಖಭಂಗವಾಯಿತು. ಮೊದಲು ಹೂವು ಕೊಳ್ಳದಿದ್ದುದಕ್ಕೆ ಪಶ್ಚಾತ್ತಾಪ ಆಯಿತು.

- ಮನುಷ್ಯರು ದ್ವೀಪದಂತೆ ಬದುಕಲು ಸಾಧ್ಯವಿಲ್ಲ.
- ಪರಸ್ಪರ ಮಾಡುವ ಸಣ್ಣಸಣ್ಣ ಸಹಾಯಗಳಿಂದ ಬದುಕು ಸಹನೀಯವಾಗುತ್ತದೆ.
- ಬೇರೆಯವರ ಪರಿಸ್ಥಿತಿಯನ್ನು ನೋಡಿ. ದಯೆ, ಕರುಣೆ ಇರಲಿ.

ಕೃಷ್ಣನಿಗೆ ತುಪ್ಪ ಸಿಗಲಿಲ್ಲ!

ತಿಳಿಹಾಸ್ಯದ ಮೂಲಕ ಗಂಭೀರ ಪರಿಸ್ಥಿತಿಯನ್ನೂ ನಿಭಾಯಿಸಬಹುದು.

ಆಕೆಯ ಹೆಸರು ರಾಧೆ. ವೃತ್ತಿ ಮನೆಗೆಲಸ. ಕೃಷ್ಣನ ಪರಮಭಕ್ತೆ. ಮಹಿಳೆಯೊಬ್ಬರ ಮನೆಯಲ್ಲಿ ಕೆಲಸ ಮಾಡುತ್ತಿದ್ದ ಆಕೆಗೆ ಮದುವೆಯಾಯಿತು. ಕಾಲಾನಂತರ ಮುದ್ದಾದ ಗಂಡುಮಗುವಿನ ತಾಯಿಯಾದಳು.

ರಾಧೆ ಮನೆಗೆಲಸ ಮಾಡುತ್ತಿದ್ದ ಮನೆಯಾಕೆಗೆ ರಾಧೆ ಮತ್ತು ಮಗು ಅಚ್ಚುಮೆಚ್ಚು. ಆಗಾಗ ಆಹಾರ ಪದಾರ್ಥ, ಅಗತ್ಯವಸ್ತುಗಳನ್ನು ತಂದುಕೊಡು ತ್ತಿದ್ದಳು.

ಹೀಗೊಂದು ದಿನ ಮನೆಯಾಕೆಯ ಪತಿ ಸ್ನಾನ ಮುಗಿಸಿ, ದೇವರ ಪೂಜೆಗೆ ದೀಪ ಹಚ್ಚಲು ತುಪ್ಪಕ್ಕಾಗಿ ಹುಡುಕಾಡುತ್ತಿದ್ದ. ಕಾಣಿಸಲಿಲ್ಲ. ಹೆಂಡತಿಯನ್ನು ಕೇಳಿದ. ಆಕೆ ಇದ್ದ ತುಪ್ಪವನ್ನೆಲ್ಲ ಹಿಂದಿನ ದಿನ ರಾಧೆಗೆ ಕೊಟ್ಟು ಬಂದಿದ್ದಳು. ಆಕೆಯ ಪತಿಗೆ ಇದನ್ನು ಕೇಳಿ ಕಿರಿಕಿರಿಯಾಯಿತು. ಇದನ್ನು ಕಂಡ ಆಕೆ ತಮಾಷೆ ಮಾಡಿದಳು, 'ನಿಮ್ಮ ಕೃಷ್ಣನಿಗಿಂತ ನನ್ನ ರಾಧೆಗೆ ತುಪ್ಪದ ಅಗತ್ಯ ಹೆಚ್ಚು ಇದೆ!'

ಇಬ್ಬರೂ ಮನಸಾರೆ ನಕ್ಕರು. ಸಹಜೀವಿಗಳನ್ನು ಪ್ರೀತಿಸುವುದು ದೇವರನ್ನು ಪ್ರೀತಿಸಿದಂತೆ. ಅಗತ್ಯವಿದ್ದವರಿಗೆ ನೀಡುವ ನೆರವು ಖಂಡಿತವಾಗಿ ದೇವರನ್ನು ತಲುಪುತ್ತದೆ.

- ಬೇರೆಯವರ ಸಂತೋಷದಿಂದ ನಿಮ್ಮ ಸಂತೋಷ ದುಪ್ಪಟ್ಟಾಗುತ್ತದೆ.
- ಸ್ವಂತ ಸುಖ ಮಾತ್ರ ಮುಖ್ಯವಲ್ಲ.
- ಹಾಸ್ಯಪ್ರಜ್ಞೆಯಿಂದ ಬದುಕು ಸಹನೀಯವಾಗುತ್ತದೆ.

ಸೌಜನ್ಯ ಇರಲಿ, ದೃಢವಾಗಿರಿ

ಕಠಿಣ, ಸೌಜನ್ಯ ರಹಿತ ಮಾತಿನಿಂದ ಸಂಬಂಧ ಹಾಳಾಗುತ್ತದೆ.

ಹಿರಿಯರು ಹೇಳುವುದನ್ನು ಕೇಳಿರಬಹುದು, 'ಎಲುಬಿಲ್ಲದ ನಾಲಗೆ ಮನೆಗಳನ್ನು ಹಾಳು ಮಾಡುತ್ತದೆ, ಮನಸ್ಸುಗಳನ್ನು ಮುರಿಯುತ್ತದೆ'. ಜತೆಗೆ 'ನಾಲಗೆಯಲ್ಲಿ ಮೂಳೆ ಇಲ್ಲದಿರುವುದು ಮೃದುವಾಗಿ ಮಾತನಾಡಲೆಂದು' ಎಂಬ ಮಾತೂ ಇದೆ. 'ಮಾತು ಮೃತ್ಯು, ಮಾತೇ ಮುತ್ತು'.

ಇಂಗ್ಲಿಷ್ ಸಾಮ್ರಾಜ್ಯವನ್ನು ಅಲುಗಾಡಿಸಿದ ಮಹಾತ್ಮಗಾಂಧಿ, ತಮ್ಮ ಸರಳ, ಮೃದು ಮಾತಿನಿಂದ ಎಲ್ಲರನ್ನೂ ಕಟ್ಟಿಹಾಕುತ್ತಿದ್ದರು.

ಜಾರ್ಜ್ ದೊರೆಯನ್ನು ಕಾಣಲು ಹೋದಾಗ ಅವರು ಧರಿಸಿದ್ದು ಅವರ ಎಂದಿನ ವಸ್ತ್ರ, ಸೊಂಟವನ್ನು ಮುಚ್ಚಿದ ವಸ್ತ್ರ, ಹೆಗಲ ಮೇಲೊಂದು ತುಂಡು. ಕೈಯಲ್ಲಿ ಬಡಿಗೆ. 'ಗಾಂಧಿ, ನೀವು ಕಡಿಮೆ ಬಟ್ಟೆ(-3) ಧರಿಸಿದ್ದೀರಿ' ಎಂಬ ಮಾತಿಗೆ ನಗುತ್ತಲೇ, 'ನೀವು +3 ಧರಿಸಿದ್ದೀರಿ' (ಅಂದರೆ ಮೂರು ಜನರಿಗೆ ಸಾಕಾಗುವಷ್ಟು ಧರಿಸಿದ್ದೀರಿ) ಎಂದು ಮಾತಿನಲ್ಲೇ ಜಾಡಿಸಿದ್ದರು.

ಮಾತು ಮೃದು, ಸೌಜನ್ಯಭರಿತವಾಗಿರಲಿ. ಆದರೆ, ದೃಢತೆ ಇರಲಿ.

- ಕಠಿಣ ಮಾತು ಶತ್ರುತ್ವಕ್ಕೆ ಕಾರಣ.
- ಮೃದುವಾಗಿ ಮಾತನ್ನಾಡುವುದನ್ನು ರೂಢಿಸಿಕೊಳ್ಳಿ.
- ಮೃದು ಮಾತಿನಿಂದಲೇ ನಿಮ್ಮ ಸಂದೇಶವನ್ನು ತಲುಪಿಸಲು ಸಾಧ್ಯವಿದೆ.

ಭಿಕ್ಷುಕ ಕಲಿಸಿದ ಪಾಠ

ಹಸಿದವನಿಗೆ ಅನ್ನ ಅಮೃತ. ರುಚಿ ಮುಖ್ಯವಾಗುವುದಿಲ್ಲ.

ಆತ ಶ್ರೀಮಂತ ಪೋಷಕರ ಒಬ್ಬನೇ ಮಗ. ತಿಂಡಿ–ಊಟ ಮಾಡಲು ಅನಗತ್ಯ ಕಿರಿಕಿರಿ ಮಾಡುತ್ತಿದ್ದ. ಅಪ್ಪಿತಪ್ಪಿ ಸ್ವಲ್ಪ ಉಪ್ಪು–ಕಾರ ಹೆಚ್ಚು, ಕಮ್ಮಿಯಾದರೆ ರಂಪಾಟ ಮಾಡಿ, ಎಸೆದು ಬಿಡುತ್ತಿದ್ದ. ತಾಯಿ ಎಷ್ಟೇ ಕಾಳಜಿ–ಕಷ್ಟಪಟ್ಟು ಆಹಾರ ತಯಾರಿಸಿದರೂ, ಒಂದಲ್ಲ ಒಂದು ತಪ್ಪು ಕಂಡುಹಿಡಿಯುತ್ತಿದ್ದ. ತಂದೆ–ತಾಯಿ ಬೇಸತ್ತು ಹೋಗಿದ್ದರು.

ಹೀಗೊಂದು ದಿನ ತಂದೆ–ತಾಯಿ ಜತೆಗೆ ರೈಲ್ವೆ ನಿಲ್ದಾಣಕ್ಕೆ ಹೋಗಿದ್ದ. ರೈಲು ಬರುವುದನ್ನು ಕಾಯುತ್ತಿದ್ದಾಗ ಹುಡುಗನ ಗಮನ ಅಲ್ಲಿದ್ದ ಭಿಕ್ಷುಕನ ಮೇಲೆ ಬಿದ್ದಿತು. ಭಿಕ್ಷುಕ ತೀರಾ ದೀನಸ್ಥಿತಿಯಲ್ಲಿದ್ದ.

ಹುಡುಗ ನೋಡುತ್ತಿದ್ದಂತೆ ರೈಲ್ವೆ ನಿಲ್ದಾಣದಲ್ಲಿದ್ದ ನಲ್ಲಿಯಿಂದ ಲೋಟ ವೊಂದರಲ್ಲಿ ನೀರು ತುಂಬಿಸಿಕೊಂಡು ಬಂದ ಭಿಕ್ಷುಕ, ತನ್ನ ಚೀಲದಲ್ಲಿದ್ದ ಒಣಗಿದ ಚಪಾತಿಯನ್ನು ತೆಗೆದ. ಚಪಾತಿ ನೀರಿನಲ್ಲಿ ಅದ್ದಿಕೊಂಡು ತಿನ್ನಲಾರಂಭಿಸಿದ. ಗಟ್ಟಿ ಇದ್ದ ಚಪಾತಿಯನ್ನು ಮೆತ್ತಗಾಗಿಸಲು ಆತ ಕಂಡುಕೊಂಡ ಉಪಾಯ ಅದು.

ಈ ದೃಶ್ಯ ಬಾಲಕನ ಮೇಲೆ ಅಪಾರ ಪರಿಣಾಮ ಬೀರಿತು. ಒಣಗಿದ ಚಪಾತಿ, ರುಚಿ ಇಲ್ಲದ ತಣ್ಣಗಿನ ನೀರು–ಭಿಕ್ಷುಕ ಅದನ್ನೇ ಅಮೃತ ಎಂಬಂತೆ ತಿಂದಿದ್ದನ್ನು ಆತ ಎಂದಿಗೂ ಮರೆಯಲು ಆಗಲಿಲ್ಲ. 'ತನ್ನ ತಾಯಿ–ತಂದೆ ಅತ್ಯುತ್ತಮ ಆಹಾರ ನೀಡುತ್ತಿದ್ದರೂ ತಾನು ತಿನ್ನುತ್ತಿಲ್ಲ. ಸಂತಸಪಡುತ್ತಿಲ್ಲ. ಇದರಿಂದ ತನ್ನ ತಂದೆ–ತಾಯಿ ಕೂಡಾ ದುಃಖಪಡುತ್ತಿದ್ದಾರೆ' ಎಂಬುದು ಆತನ ಮನಸ್ಸನ್ನು ಕೊರೆಯಿತು.

ಆತನ ರೀತಿ ನೀತಿ ಬದಲಾಯಿತು. ತಂದೆ ತಾಯಿ ಸಂತೋಷಪಟ್ಟರು.

- ಆಹಾರ ಕಠಿಣ ಪರಿಶ್ರಮದ ಫಲ. ಅದನ್ನು ವ್ಯರ್ಥಗೊಳಿಸಬಾರದು.
- ನಿಜವಾಗಿಯೂ ಹಸಿದವನಿಗೆ, ಎಂಥ ಆಹಾರ ಕೂಡಾ ರುಚಿಸುತ್ತದೆ.
- ದುಡಿದು ಉಣ್ಣಬೇಕು. ಹಸಿದು ಉಣ್ಣಬೇಕು.

ನಂಬಿಕೆಯ ಪ್ರಶ್ನೆ

ಕಾಷಾಯ ವಸ್ತ್ರಧರಿಸಿದ ಮಾತ್ರಕ್ಕೆ ಸನ್ಯಾಸಿ ಆಗುವುದಿಲ್ಲ.

ಸಂತ, ಪಾಪಿ ಆಗುವುದು ವ್ಯಕ್ತಿಯ ಆಚರಣೆ ಮೂಲಕ ಎಂದು ಗುರುಗಳು ಒಂದು ಕಥೆ ಹೇಳಿದರು.

ಒಂದೂರಲ್ಲಿ ಒಬ್ಬ ಸನ್ಯಾಸಿ. ಅದೇ ಊರಿನಲ್ಲಿ ಒಬ್ಬಳು ಲೈಂಗಿಕ ಕಾರ್ಯಕರ್ತೆ. ಇಬ್ಬರೂ ಒಂದೇ ದಿನ ಮೃತಪಟ್ಟರು. ಯಮ ತನ್ನ ಸೇವಕರನ್ನು ಕರೆದು,

ಸನ್ಯಾಸಿಯನ್ನು ನರಕಕ್ಕೆ ಹಾಗೂ ಆ ಮಹಿಳೆಯನ್ನು ಸ್ವರ್ಗಕ್ಕೆ ಕಳಿಸಲು ಸೂಚಿಸಿದ. ಯಮಧರ್ಮನ ಆದೇಶದಲ್ಲಿ ಏನೋ ಎಡವಟ್ಟಾಗಿದೆ ಎಂದುಕೊಂಡ ಯಮ ದೂತರು, ಚಿತ್ರಗುಪ್ತನ ಬಳಿ ಹೋಗಿ ದಾಖಲೆಯನ್ನು ಪರಿಶೀಲಿಸಿ, ಮಾರ್ಗ ದರ್ಶನ ನೀಡಬೇಕೆಂದು ಕೋರಿದರು. ಎಲ್ಲವನ್ನೂ ಪರಿಶೀಲಿಸಿದ ಚಿತ್ರಗುಪ್ತ ಯಮನ ಆದೇಶ ಸರಿಯಾಗಿದೆ ಎಂದ.

ಆಗಿದ್ದೇನೆಂದರೆ, ಪ್ರತಿದಿನ ಬೆಳಗ್ಗೆ ಸನ್ಯಾಸಿ ಪೂಜೆ ಪುನಸ್ಕಾರ, ಮಂತ್ರ–ಪುರಾಣ ಪಠಣ ಮಾಡುತ್ತಿದ್ದ. ಆ ಸಮಯದಲ್ಲಿ ಅದನ್ನು ಕೇಳಿಸಿಕೊಳ್ಳು ತ್ತಿದ್ದ ಮಹಿಳೆಗೆ ತಾನೂ ಪ್ರಾರ್ಥನೆಯಲ್ಲಿ ಪಾಲ್ಗೊಳ್ಳಬೇಕೆಂದು ಆಸೆ ಆಗುತ್ತಿತ್ತು. ಆದರೆ, ಸಾಧ್ಯ ಆಗುತ್ತಿರಲಿಲ್ಲ. ತನ್ನ ಪಾಪ ತೊಳೆದುಕೊಳ್ಳಲು ಆಕೆ ಶ್ರದ್ಧೆಯಿಂದ ಮಂತ್ರಗಳನ್ನೆಲ್ಲ ಕೇಳಿಸಿಕೊಳ್ಳುತ್ತಿದ್ದಳು. ಮುಂದಿನ ಜನ್ಮದಲ್ಲಾದರೂ ತನಗೆ ಪ್ರಾರ್ಥನೆಯ ಭಾಗ್ಯ ಸಿಗಲಿ ಎಂದು ಬೇಡಿಕೊಳ್ಳುತ್ತಿದ್ದಳು.

ಆದರೆ, ಸನ್ಯಾಸಿ ಭಜನೆ ಮಾಡುತ್ತಿದ್ದರೂ ಆತನ ಮನಸ್ಸು ಬೇರೆಡೆ ಇರುತ್ತಿತ್ತು. ಮಹಿಳೆಯ ಮನೆಯಲ್ಲಿ ನಡೆಯುತ್ತಿದ್ದ ನೃತ್ಯ–ಸಂಗೀತದಲ್ಲಿ ಪಾಲ್ಗೊಳ್ಳಲು ಹಾತೊರೆಯುತ್ತಿದ್ದ. ಸನ್ಯಾಸಿಯಾಗಿದ್ದಕ್ಕೆ ಶಪಿಸಿಕೊಳ್ಳುತ್ತಿದ್ದ. ಕಾಷಾಯ ವಸ್ತ್ರದಿಂದಾಗಿ ಆಕೆಯನ್ನು ನೋಡಲಾಗದ್ದಕ್ಕೆ ಬೇಸರಪಟ್ಟುಕೊಳ್ಳುತ್ತಿದ್ದ.

ಇಷ್ಟು ಹೇಳಿದ ಚಿತ್ರಗುಪ್ತ, 'ಮಹಿಳೆ ತನ್ನ ಆಲೋಚನೆಗಳಿಂದಾಗಿ ದೇವಾಲಯದಲ್ಲಿ ಹಾಗೂ ಸನ್ಯಾಸಿ ಭಜನೆ ಮಾಡುತ್ತಿದ್ದರೂ ವೇಶ್ಯಾವಾಟಿಕೆಯಲ್ಲಿ ಇದ್ದರು' ಎಂದು ಯಮದೂತರಿಗೆ ವಿವರಿಸಿದ.

- ನಿಮ್ಮ ಮನಸ್ಸು ಸಕಾರಾತ್ಮಕ ಹಾಗೂ ಶುದ್ಧವಾಗಿರಲಿ.
- ಶ್ರೇಷ್ಠತೆಯ ನಾಟಕ ಹೆಚ್ಚು ಕಾಲ ಬಾರದು. ಒಂದಲ್ಲ ಒಂದು ದಿನ ಸತ್ಯ ಹೊರಬೀಳುತ್ತದೆ.
- ಶುದ್ಧ ಮನಸ್ಸಿನ ಪ್ರಾರ್ಥನೆಯಿಂದ ಒಳಿತು ಖಚಿತ.

ಲಿಂಗ ತಾರತಮ್ಯ

ಗಂಡು ಮಕ್ಕಳ ಹಂಬಲಕ್ಕೆ ಅರ್ಥವಿಲ್ಲ. ಹೆಣ್ಣುಮಕ್ಕಳಲ್ಲಿ ಹೃದಯವಂತಿಕೆ ಹೆಚ್ಚು.

ಪುರುಷ–ಸ್ತ್ರೀಯರು ಎಲ್ಲ ರೀತಿಯಿಂದಲೂ ಸಮಾನರು. ಪ್ರಕೃತಿಯ ಅತ್ಯುತ್ತಮ ಸೃಷ್ಟಿಯಾದ ಇಬ್ಬರೂ ಪರಸ್ಪರ ಪೂರಕ. ಆದರೆ, ನಮ್ಮ ಸಮಾಜ ಗಂಡುಮಕ್ಕಳಿಗೆ ಆದ್ಯತೆ ನೀಡುತ್ತದೆ. ಲಿಂಗಾನುಪಾತದಲ್ಲಿ ವ್ಯತ್ಯಯದಿಂದಾಗಿ ದೂರಕಾಲೀನ ಪರಿಣಾಮ ಆಗಲಿದೆ.

ಒಂದೂರಲ್ಲಿ ಒಬ್ಬ ಶ್ರೀಮಂತ. ಆತನಿಗೆ ಒಬ್ಬ ಮಗ, ಒಬ್ಬಳು ಮಗಳು. ವಿದ್ಯಾಭ್ಯಾಸ ಮುಗಿಸಿದ ಮಗ, ತಂದೆಗೆ ಹೇಳದೆ ದೇಶ ಬಿಟ್ಟು ವಿದೇಶಕ್ಕೆ ಹೋದ. ತಂದೆಗೆ ವಯಸ್ಸಾಗಿತ್ತು. ತಂಗಿಗೆ ಮದುವೆಯಾಗಿ, ತನ್ನದೇ ಕುಟುಂಬವಿತ್ತು. ಮಗ ಇದ್ಯಾವುದನ್ನೂ ಪರಿಗಣಿಸಲಿಲ್ಲ.

ಕೆಲ ವರ್ಷ ಕಳೆಯಿತು. ತಂದೆಯ ಆರೋಗ್ಯ ಕೆಟ್ಟಿತು. ಆದರೆ, ಮಗನಿಗೆ ವಿಷಯ ತಿಳಿದರೂ ಆತ ಇತ್ತ ಕಡೆ ತಲೆ ಹಾಕಲಿಲ್ಲ. ಆಗ, ನೆರವಿಗೆ ಬಂದವಳು ಮಗಳು. ತಂದೆಯನ್ನು ಆಸ್ಪತ್ರೆಗೆ ಸೇರಿಸಿದ್ದಲ್ಲದೆ, ಆತನ ಕೊನೆಗಾಲದಲ್ಲಿ ಆತನ ಸೇವೆ ಮಾಡಿದಳು. ಕೊನೆಗೊಂದು ದಿನ ಆತ ಮೃತಪಟ್ಟ. ಮಗಳೇ ಆತನ ಅಂತ್ಯಕ್ರಿಯೆ ನೆರವೇರಿಸಿದಳು. ಅಂತಿಮಕ್ರಿಯೆ, ಕರ್ಮ ಮಾಡಿದಳು.

ಸಮಾಜದಲ್ಲಿ ಇಂಥ ಹಲವು ಘಟನೆ ನಡೆದಿದೆ, ನಡೆಯುತ್ತಿದೆ. ಹೀಗಿದ್ದರೂ ಜನರಲ್ಲಿ ಗಂಡುಮಕ್ಕಳ ಹಂಬಲ ತೀರಿಲ್ಲ. ತಮ್ಮ ವಂಶವನ್ನು ಮುಂದುವರಿಸಲು ಮಗನೇ ಬೇಕು ಎಂದು ಹಂಬಲಿಸುತ್ತಾರೆ. ಇದೊಂದು ಆಕ್ಷೇಪಾರ್ಹ, ಮೂರ್ಖ ನಡವಳಿಕೆ. ಇಂಥ ಮನಸ್ಥಿತಿ ಬದಲಾಗಬೇಕು.

- **ತಂದೆ–ತಾಯಿ ಮಕ್ಕಳನ್ನು ಒಂದೇ ರೀತಿ ಕಾಣಬೇಕು, ಪ್ರೀತಿಸಬೇಕು.**
- **ಲಿಂಗಾಧರಿತ ತಾರತಮ್ಯ ಮೂರ್ಖತನ, ಗಂಡು–ಹೆಣ್ಣು ಸಮಾನರು.**
- **ಹೆಣ್ಣು–ಗಂಡು ಮಕ್ಕಳಿಗೆ ಸಮಾನ ಅವಕಾಶ ನೀಡಬೇಕು.**

ತಂಡದಲ್ಲಿ ಕೆಲಸ

ತಂಡದಲ್ಲಿ ಕೆಲಸ ಮಾಡುವುದರಿಂದ ಕೆಲಸದ ಹೊರೆ ಕಡಿಮೆ ಆಗುತ್ತದೆ.

ವ್ಯಕ್ತಿಯೊಬ್ಬ ಕಾರಿನಲ್ಲಿ ಪ್ರವಾಸ ಹೊರಟಿದ್ದ. ಮಾರ್ಗ ಸರಿಯಾಗಿ ಗೊತ್ತಿಲ್ಲದ ಕಾರಣ ದಾರಿ ತಪ್ಪಿದ. ಜತೆಗೆ, ಆತನ ಕಾರು ನೆನೆದಿದ್ದ ರಸ್ತೆಯಲ್ಲಿ ಜಾರಿ, ಗುಂಡಿಯೊಳಗೆ ಇಳಿದು ಬಿಟ್ಟಿತು. ಕೆಸರಿನಲ್ಲಿ ಮುಳುಗಿತು. ಕಾರ್ ಮೇಲೆತ್ತಲು ಯಾರಾದರೂ ಸಿಗುತ್ತಾರಾ ಎಂದು ಹುಡುಕುತ್ತ ಹೊರಟ.

ಸ್ವಲ್ಪ ದೂರದಲ್ಲಿ ರೈತನೊಬ್ಬ ಹೊಲದಲ್ಲಿ ಕೆಲಸ ಮಾಡುತ್ತಿದ್ದ. ತನ್ನ ತೊಂದರೆಯನ್ನು ರೈತನಿಗೆ ವಿವರಿಸಿದ. ರೈತ ಸಹಾಯ ಮಾಡಲು ಒಪ್ಪಿದ. 'ಸ್ವಲ್ಪ ವಯಸ್ಸಾದ ನನ್ನ ಕುದುರೆ ಕಾರನ್ನು ಕೆಸರಿನಿಂದ ಎಳೆಯಬಲ್ಲದು' ಎಂದ.

ಕುದುರೆ, ರೈತ ಹಾಗೂ ಕಾರಿನ ಮಾಲೀಕ ಗುಂಡಿ ಬಳಿ ಬಂದರು. ಕುದುರೆಯನ್ನು ಕಾರಿಗೆ ಹಗ್ಗದಿಂದ ಕಟ್ಟಿದ ರೈತ ಕೂಗಿದ, 'ರಾಮ, ಲಕ್ಷ್ಮಣ, ಭರತ, ರಮೇಶ ಕಾರು ಎಳೆಯಿರಿ'. ಕುದುರೆ ಕಾರನ್ನು ಎಳೆದು ಮೇಲಕ್ಕೆ ತಂದಿತು.

ರೈತನಿಗೆ ಧನ್ಯವಾದ ಹೇಳಿದ ಕಾರಿನವ ಪ್ರಶ್ನಿಸಿದ, 'ಇದ್ದುದು ಒಂದು ಕುದುರೆ ರಾಮ ಮಾತ್ರ. ಉಳಿದ ಕುದುರೆಗಳು ಇರಲೇ ಇಲ್ಲ. ಹೀಗೇಕೆ ಮಾಡಿದೆ?'

ರೈತ ಹೇಳಿದ, 'ನನ್ನ ರಾಮನಿಗೆ ಕಣ್ಣು ಕಾಣಿಸುವುದಿಲ್ಲ. ಬೇರೆ ಹೆಸರು ಹೇಳಿದರೆ, ತನ್ನೊಡನೆ ಎಳೆಯಲು ಇನ್ನೂ ಮೂರು ಕುದುರೆಗಳು ಇವೆ ಎಂದು ಆತ ಭಾವಿಸುತ್ತಾನೆ'.

ತಂಡವೊಂದರ ಸ್ಫೂರ್ತಿಯಿಂದ ಯಶಸ್ಸು ಸಿಗುತ್ತದೆ. ಜತೆಗಾರರು ಇದ್ದಾರೆ ಎಂಬ ನಂಬಿಕೆಯಿಂದ ಕೆಲಸ ಸುಲಭವಾಗುತ್ತದೆ.

- ಒಂಟಿಯಾಗಿ ಕೆಲಸ ಮಾಡುವುದು ಶ್ರಮದಾಯಕ.
- ತಂಡದಲ್ಲಿ ಪಾಲ್ಗೊಳ್ಳಿ, ಮನವಿಟ್ಟು ಕೆಲಸ ಮಾಡಿ.
- ತಂಡದ ಯಶಸ್ಸು, ನಿಮ್ಮ ಯಶಸ್ಸು ಕೂಡಾ.

ಅನಾಥನ ಮನೆ

ಋಣಸಂದಾಯ ತೃಪ್ತಿ ನೀಡುವಂಥದ್ದು.

ರಸ್ತೆಯಲ್ಲಿ ಬಿಟ್ಟು ಹೋಗಿದ್ದ 3 ತಿಂಗಳ ಮಗುವೊಂದನ್ನು ಯಾರೋ ಅನಾಥಾಶ್ರಮದಲ್ಲಿ ತಂದು ಬಿಟ್ಟು ಹೋದರು. ಆ ಅನಾಥಾಶ್ರಮದ ಸ್ಥಿತಿಗತಿ ಅಷ್ಟೇನೂ ಚೆನ್ನಾಗಿರಲಿಲ್ಲ. ಅನುದಾನದ ಕೊರತೆ, ದಾನಿಗಳು ಹಣ ನೀಡಲು ಮುಂದಾಗದ ಕಾರಣ, ಮೂಲಸೌಕರ್ಯದ ಕೊರತೆಯಿಂದಾಗಿ ಮಕ್ಕಳು ಕಷ್ಟದ ಬದುಕು ಸಾಗಿಸುತ್ತಿದ್ದರು.

ಆ ಹುಡುಗ ರಾಜುವಿನ ಬದುಕು ಕೂಡಾ ಇದಕ್ಕಿಂತ ಭಿನ್ನವಾಗಿರಲಿಲ್ಲ. ಇನ್ನು ತಾಳಲು ಸಾಧ್ಯವೇ ಇಲ್ಲ ಎಂಬ ಸ್ಥಿತಿ ಬಂದಾಗ, ಎಲ್ಲರೂ ಒಟ್ಟಾಗಿ ಪ್ರತಿಭಟಿಸಿದರು.

ಬಾಲಕರ ನಿರಶನ ಫಲ ಕೊಟ್ಟಿತು. ಸರಕಾರ ಅನುದಾನ ಬಿಡುಗಡೆಗೊಳಿಸಿತು. ಆಶ್ರಮದಲ್ಲಿ ಸ್ಥಿತಿ ಸುಧಾರಿಸಿತು. ಓದು ಮುಂದುವರಿಸಲು ಸಾಧ್ಯವಾಗದ ಕಾರಣ, ರಾಜು ಬೇಕರಿ ಒಂದರಲ್ಲಿ ಕೆಲಸಕ್ಕೆ ಸೇರಿದ. ಜತೆಗೆ, ರಾತ್ರಿ ಶಾಲೆಯಲ್ಲಿ ವಿದ್ಯಾಭ್ಯಾಸ ಮುಂದುವರಿಸಿದ.

ಕೆಲ ವರ್ಷ ಕಳೆಯಿತು. ಆಶ್ರಮದಲ್ಲಿ ಖಾಲಿ ಇದ್ದ ಜಾಗಕ್ಕೆ ಸರಕಾರ ಅರ್ಜಿ ಆಹ್ವಾನಿಸಿತು. ರಾಜು ಅರ್ಜಿ ಹಾಕಿದ. ಆಯ್ಕೆಯಾದ. ತಂದೆತಾಯಿ ಎಸೆದ ಮಗು, ತನ್ನನ್ನು ಪೊರೆದ ಅನಾಥಾಶ್ರಮದ ಮೇಲುಸ್ತುವಾರಿ ಕೆಲಸ ವಹಿಸಿಕೊಂಡಿತು.

ಅನಾಥ ಮಕ್ಕಳ ಕಷ್ಟದ ಬಗ್ಗೆ ಅರಿವಿದ್ದ ರಾಜು, ಅಲ್ಲಿನ ಸ್ಥಿತಿ ಸುಧಾರಿಸಲು ಸಾಧ್ಯವಿದ್ದದ್ದನ್ನೆಲ್ಲ ಮಾಡಿದ. ಖಾಸಗಿಯವರಿಂದ ಹಣ ಸಂಗ್ರಹ, ಸೆಲೆಬ್ರಿಟಿಗಳಿಂದ ಶೋ ನಡೆಸಿ ದೇಣಿಗೆ ಸಂಗ್ರಹ, ಸರಕಾರದಿಂದ ಹೆಚ್ಚು ಅನುದಾನ ಪಡೆದು, ಅನಾಥಾಶ್ರಮವನ್ನು ಉನ್ನತ ದರ್ಜೆಗೆ ಏರಿಸಿದ. ಅಲ್ಲಿನ ಮಕ್ಕಳು ಉತ್ತಮವಾಗಿ ವ್ಯಾಸಂಗ ಮಾಡಿ, ಒಳ್ಳೆಯ ಕೆಲಸಗಳಿಗೆ ಸೇರಿದರು.

ಅನಾಥನೊಬ್ಬ ಸಾವಿರಾರು ಮಕ್ಕಳಿಗೆ ತಂದೆಯಾದ ಪರಿ ಇದು.

- ಬೇರೆಯವರ ಒಳಿತಿಗಾಗಿ ಶ್ರಮಿಸು.
- ಕಠಿಣಶ್ರಮಕ್ಕೆ ಇಂದಲ್ಲ, ನಾಳೆ ಪ್ರತಿಫಲ ಖಾತ್ರಿ.
- ಪರರನ್ನು ತನ್ನಂತೆ ಎಂದೇ ಪರಿಗಣಿಸಬೇಕು.

ಸಾತ್ವಿಕ ಆಹಾರ

ಸೂಕ್ತವಾದ ಆಹಾರವನ್ನು, ಸರಿಯಾದ ರೀತಿ ತಿನ್ನಬೇಕು.

ಶುದ್ಧ ಸಸ್ಯಾಹಾರಿ ಆಹಾರವು ಪ್ರೀತಿ, ಶುದ್ಧತೆ, ಒಳ್ಳೆಯತನವಲ್ಲದೆ ಆರೋಗ್ಯ ಮತ್ತು ಬಲದುಂಬಲು ಸಾಧ್ಯವಾಗುತ್ತದೆ ಎಂದು ಯೋಗಕ್ಕೆ ಸಂಬಂಧಿಸಿದ ಪುಸ್ತಕಗಳಲ್ಲಿ ಹೇಳಲಾಗಿದೆ. ಹೀಗಾಗಿಯೇ ಯೋಗ ಪಟುಗಳು, ಅಧ್ಯಾತ್ಮಿಕ ಸಾಧಕರು ತಾವು ತಿನ್ನುವ ಆಹಾರವನ್ನು ಸೂಕ್ತವಾಗಿ ಆಯ್ಕೆ ಮಾಡಿಕೊಳ್ಳುತ್ತಾರೆ.

ತಾಜಾ ಹಣ್ಣು, ಸಾವಯವ ತರಕಾರಿ, ಗೋಧಿ–ಬೇಳೆಕಾಳು...ಮತ್ತಿತರವು ಸಾತ್ವಿಕ ಆಹಾರ. ಕೋಲಾ, ಕಾಫಿ/ಟೀ, ಮೊಟ್ಟೆ, ಮಾಂಸ, ತೀಕ್ಷ್ಣ ಸಂಬಾರ ಪದಾರ್ಥ ಸಾತ್ವಿಕವಲ್ಲ ಎನ್ನಲಾಗಿದೆ.

ಸಾತ್ವಿಕ ಆಹಾರದ ಸೇವನೆ ಮಾತ್ರ ಸಾಲದು. ಅದನ್ನು ಸಿದ್ಧಗೊಳಿಸುವ ರೀತಿ ಕೂಡಾ ಸಾತ್ವಿಕ ಆಗಿರಬೇಕು. ಎಣ್ಣೆಯಲ್ಲಿ ಹೆಚ್ಚು ಕಾಲ ಬೇಯಿಸುವುದು ಕೂಡದು. ಕಡಿಮೆ ಉರಿಯಲ್ಲಿ ಇಲ್ಲವೇ ಹಬೆಯಲ್ಲಿ ಬೇಯಿಸುವುದು ಉತ್ತಮ. ಎಷ್ಟು ಪ್ರಮಾಣ, ಹೇಗೆ ತಿನ್ನಬೇಕು ಎನ್ನುವುದೂ ಮುಖ್ಯ. ಆಹಾರವನ್ನು ಚೆನ್ನಾಗಿ ಅಗಿದು ತಿನ್ನಬೇಕು, ಹೆಚ್ಚು ಪ್ರಮಾಣದಲ್ಲಿ ತಿನ್ನಬಾರದು.

- ಯಾವ ಆಹಾರವನ್ನು ತಿನ್ನಬೇಕು ಎಂದು ಸರಿಯಾಗಿ ಆಯ್ಕೆ ಮಾಡಿಕೊಳ್ಳಬೇಕು.
- ಒಳ್ಳೆಯ ಆಹಾರ ತಿನ್ನುವುದು ಹವ್ಯಾಸವಾಗಬೇಕು.
- ಆರೋಗ್ಯಕರ–ಶಕ್ತಿದಾಯಕ ಆಹಾರವನ್ನೇ ಸೇವಿಸಬೇಕು.

ಹೆಗಲಿನ ಮಹತ್ವ

ಉತ್ತಮ ನಾಯಕನಿಗೆ ತಂಡ ಕಟ್ಟುವ, ಅಗತ್ಯ ಇರುವಾಗ
ನೆರವಾಗುವ ಗುಣ ಇರಬೇಕು.

ಒಂದು ದಿನ ತಾಯಿ ತನ್ನ ಮಗನನ್ನು ಕೇಳಿದಳು, 'ಮನುಷ್ಯನ ದೇಹದಲ್ಲಿ ಅತ್ಯಂತ ಪ್ರಮುಖ ಅಂಗ ಯಾವುದು?'

ಮಗ ಹೇಳಿದ 'ಕಿವಿ'. ಅದು ಸರಿ ಉತ್ತರ ಆಗಿರಲಿಲ್ಲ. ಕೆಲಕಾಲಾನಂತರ ಆಕೆ

ಅದೇ ಪ್ರಶ್ನೆಯನ್ನು ಮತ್ತೆ ಕೇಳಿದಳು. ಆತ ಹೇಳಿದ, 'ಕಣ್ಣು, ಅದು ಇಲ್ಲದ ಜೀವನವನ್ನು ಊಹಿಸಿಕೊಳ್ಳುವುದೂ ಸಾಧ್ಯವಿಲ್ಲ'. ಅದು ಕೂಡಾ ಸರಿ ಉತ್ತರ ಆಗಿರಲಿಲ್ಲ.

ಕೆಲ ವರ್ಷ ಕಳೆಯಿತು. ಮಹಿಳೆಯ ಪತಿ ಮೃತಪಟ್ಟ. ದುಃಖ ತಡೆಯಲಾರದೆ ಮಗನ ಹೆಗಲಿನ ಮೇಲೆ ತಲೆಯಿಟ್ಟು ರೋದಿಸಿದಳು.

ಅದೇ ಕ್ಷಣದಲ್ಲಿ ಆಕೆಯ ಬಾಯಿಯಿಂದ ಮತ್ತೆ ಪ್ರಶ್ನೆ ಹೊರಬಂದಿತು. ಉತ್ತರವನ್ನೂ ಆಕೆಯೇ ಹೇಳಿದಳು, 'ಹೆಗಲು'. 'ತಲೆ ಇಡಲು ಸಾಧ್ಯವಾಗಿದ್ದಕ್ಕೇನು?' ಮಗ ಕೇಳಿದ.

'ಅಲ್ಲ, ದುಃಖಿತ ಇಲ್ಲವೇ ಪ್ರೀತಿಸುವವರು ಕಣ್ಣೀರಿಡುವಾಗ ಅವರು ಹೆಗಲಿನ ಮೇಲೆ ತಲೆ ಇರಿಸುತ್ತಾರೆ. ಮಗನೇ, ಮನುಷ್ಯರಿಗೆ ಅಳಲು ಹೆಗಲೊಂದು ಬೇಕು'.

ಇದರರ್ಥ–ನಾವು ಬೇರೆಯವರ ದುಃಖಕ್ಕೆ ಕುರುಡಾಗಬಾರದು. ನಿಮ್ಮಿಂದ ಸಾಂತ್ವನ ಪಡೆದವರು ಎಂದೆಂದೂ ನಿಮ್ಮನ್ನು ಮರೆಯುವುದಿಲ್ಲ.

- ಬೇರೆಯವರ ನೋವನ್ನು ಅರಿತುಕೊಳ್ಳಬೇಕು.
- ಸಂಕಷ್ಟದ ಸಮಯದಲ್ಲಿ ಅಗತ್ಯ ನೆರವು ನೀಡಬೇಕು.
- ನಿಮ್ಮ ಸಹಾಯ ದೊಡ್ಡದು ಇಲ್ಲವೇ ಸಣ್ಣದು ಆಗಿರಬಹುದು. ಸಹಾಯ ಮಾಡಿದ್ದೀರಿ ಎಂಬುದು ಮುಖ್ಯವಾಗುತ್ತದೆ.

ನಿಜವಾದ ಶಾಂತಿ

ಸಂಕಷ್ಟದ ಸಮಯದಲ್ಲೂ ಶಾಂತಚಿತ್ತನಾಗಿರುವುದು ಸಾಮರ್ಥ್ಯದ ಸೂಚನೆ.

ಒಂದು ರಾಜ್ಯ. ಅದಕ್ಕೊಬ್ಬ ರಾಜ. ಆತ ಒಮ್ಮೆ ಶಾಂತಿಯನ್ನು ಪ್ರತಿನಿಧಿಸುವ ಚಿತ್ರಕ್ಕೆ ಭಾರಿ ಬಹುಮಾನ ಘೋಷಿಸಿದ.

ಅನೇಕ ಕಲಾವಿದರು ಸ್ಪರ್ಧೆಯಲ್ಲಿ ಪಾಲ್ಗೊಂಡರು. ಎಲ್ಲ ಚಿತ್ರಗಳನ್ನು ಪರಿಶೀಲಿಸಿದ ರಾಜ, ಎರಡು ಚಿತ್ರಗಳನ್ನು ಆಯ್ಕೆ ಮಾಡಿದ. ಒಂದು–ಭಾರಿ ಬೆಟ್ಟ

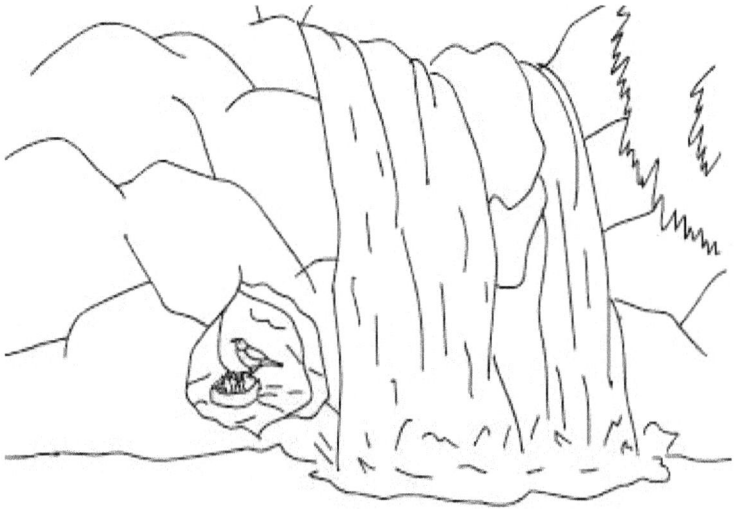

ಕಣಿವೆ ನಡುವಿನ ಶಾಂತ ಸರೋವರ. ನೀಲಿ ಆಕಾಶದಲ್ಲಿ ತೇಲಾಡುವ ಬಿಳಿ ಮೋಡಗಳು. ಸರೋವರದ ನೀರಿನಲ್ಲಿ ಇದೆಲ್ಲ ಪ್ರತಿಫಲನಗೊಳ್ಳುತ್ತಿದೆ. ಇನ್ನೊಂದು ಚಿತ್ರದಲ್ಲಿ ಒಣಗಿದ, ಕಠಿಣವಾದ ಬೆಟ್ಟ ಆಕಾಶದಲ್ಲಿ ಮೋಡ ಕಪ್ಪಾಗಿ ದಟ್ಟವಾಗಿದೆ. ಭಾರಿ ಶಬ್ದ ಮಾಡುತ್ತ ಜಲಪಾತ ಧುಮ್ಮಿಕ್ಕುತ್ತಿದೆ. ಇಡೀ ಚಿತ್ರ ಅಶಾಂತಿಯನ್ನು ತೋರಿಸುತ್ತಿದೆ. ಜಲಪಾತದ ಹಿಂದೆ ಸಣ್ಣದೊಂದು ಬಿರುಕು. ಅಲ್ಲೊಂದು ಪೊದೆ. ಅದರಲ್ಲಿ ತಾಯಿಹಕ್ಕಿ ಮರಿ ಜತೆ ಶಾಂತವಾಗಿ ಕುಳಿತಿದೆ. ಹೊರಗಿನ ಶಬ್ದ ಅದನ್ನು ಬಾಧಿಸಿದಂತೆ ಕಾಣುತ್ತಿಲ್ಲ.

ದೊರೆ 2ನೇ ಚಿತ್ರಕ್ಕೆ ಬಹುಮಾನ ನೀಡಿದ. ಆತನ ಪ್ರಕಾರ, ಹೊರ ಜಗತ್ತಿನ ಶಬ್ದ, ಅಶಾಂತಿ, ಜಂಜಡದ ಮಧ್ಯೆ ಶಾಂತಚಿತ್ತನಾಗಿರುವುದು ಕ್ಲಿಷ್ಟ. ಅದು ನಿಜವಾದ ಶಾಂತಿ.

- ನಿಜವಾದ ಸಾಧಕ, ಪ್ರಾಪಂಚಿಕ ಕೆಲಸಗಳನ್ನು ಮಾಡುತ್ತಲೇ ಸಾಧನೆಗೈಯುತ್ತಾನೆ.
- ಮನುಷ್ಯ ಸವಾಲುಗಳನ್ನು ಎದುರಿಸಬೇಕು. ಅವುಗಳಿಂದ ಓಡಿಹೋಗಬಾರದು.
- ಶಾಂತಿ ಎಂದರೆ ಮೌನವಲ್ಲ. ಮನಸ್ಸಮಾಧಾನ.

ಕಬೀರನ ಚಿಂತನೆ

ಶ್ರೇಷ್ಠ ವ್ಯಕ್ತಿಗಳ ಚಿಂತನೆ–ಬದುಕು ಸದಾ ಸ್ಫೂರ್ತಿದಾಯಕ.

ಸಂತ ಕಬೀರರು ದೇಶ ಕಂಡ ಮಹಾನ್ ಅಧ್ಯಾತ್ಮಿಕ ಚಿಂತಕ, ಸಾಮಾಜಿಕ ಪರಿವರ್ತನೆಯ ಹರಿಕಾರ. ಕೆಳಗೆ ಬಿದ್ದವರನ್ನು ಎತ್ತಲು ಪ್ರಯತ್ನಿಸಿದರು, ಅನಗತ್ಯ ಧಾರ್ಮಿಕ ಆಚರಣೆಗಳ ವಿರುದ್ಧ ದನಿ ಎತ್ತಿದರು.

ಅವರ ಚಿಂತನೆಗಳು ಸರಳ ಭಾಷೆಯಲ್ಲಿ ಸಾಮಾನ್ಯ ಜನರಿಗೂ ಅರ್ಥವಾಗುವಂತೆ ಇವೆ.

ನಿನ್ನ ದೇಹವನ್ನು ದಹಿಸಿದಾಗ, ಅದು ಬೂದಿಯಾಗುತ್ತದೆ.
ಒಂದೊಮ್ಮೆ ಸುಡದಿದ್ದರೆ, ಹುಳುಗಳು ಅದನ್ನು ತಿನ್ನುತ್ತವೆ.
ಮಣ್ಣಿನ ಹಸಿ ಮಡಿಕೆ, ನೀರು ಸುರಿದಾಗ ಕರಗುತ್ತದೆ
ನಮ್ಮ ದೇಹ ಕೂಡಾ ಹೀಗೆಯೇ.
ಓ ಸೋದರಾ, ಏಕೆ ಅನಗತ್ಯ ಶ್ರಮ, ನೋವು?
ದುಂಬಿಗಳು ಕಷ್ಟಪಟ್ಟು ಗೂಡಿನಲ್ಲಿ ಜೇನು ಕೂಡಿಡುತ್ತವೆ
ಅಂತೆಯೇ ಮೂರ್ಖ ಹಣವನ್ನು ಸಂಗ್ರಹಿಸುತ್ತಾನೆ

ಮನುಷ್ಯ ಮೃತಪಟ್ಟಾಗ ಎಲ್ಲರೂ ಹೇಳುತ್ತಾರೆ
'ಆತನನ್ನು ಇಲ್ಲಿಂದ ಎತ್ತೊಯ್ಯಿರಿ! ಉಳಿಸಬೇಡಿ ಇಲ್ಲಿ!
ದೆವ್ವ ಇಲ್ಲೇಕೆ ಇರಬೇಕು?'
ಬಾಗಿಲವರೆಗೆ ಆತನ ಪತ್ನಿ ಬರುತ್ತಾಳೆ
ಕುಟುಂಬದ ಇತರ ಸದಸ್ಯರು ಸ್ಮಶಾನದವರೆಗೆ
ಆತ್ಮ ಮಾತ್ರ ಒಂಟಿಯಾಗಿ ಹೋಗುತ್ತದೆ.

ಹಿಂದು ಯಾರು? ಮುಸಲ್ಮಾನ ಯಾರು?
ಇಬ್ಬರೂ ಇದೇ ನೆಲದ ನಿವಾಸಿಗಳು
ಒಬ್ಬ ವೇದವನ್ನು, ಇನ್ನೊಬ್ಬ ಖುರಾನ್ ಪಠಣ ಮಾಡುತ್ತಾನೆ
ಒಬ್ಬ ಮೌಲಾನಾ, ಇನ್ನೊಬ್ಬ ಪಂಡಿತ.
ಎಲ್ಲರೂ ಮಣ್ಣಿನ ಮಡಿಕೆಗಳಿದ್ದಂತೆ
ಒಂದೇ ಮಣ್ಣಿನಿಂದ ಆಗಲ್ಪಟ್ಟು, ಬೇರೆ ಹೆಸರು ಹೊಂದಿದ್ದಾರೆ.
ಇಬ್ಬರೂ ದಾರಿ ತಪ್ಪಿದ್ದಾರೆ, ದೇವರು ಇಬ್ಬರಿಗೂ ಸಿಕ್ಕಿಲ್ಲ
ನಮ್ಮ ಅಸ್ತಿತ್ವದ ನಿಜವಾದ ಅರ್ಥ ಹೊರಗಣ್ಣಿನಿಂದ ನಾಪತ್ತೆಯಾಗಿದೆ
ನಿಜವಾದ ನಂಬಿಕೆ ಹೃದಯದಲ್ಲಿದೆ.

ಸ್ವರ್ಗದಲ್ಲಿ ಇರಲು ಹಂಬಲಿಸಬೇಡ
ನರಕಕ್ಕೆ ಹೆದರಬೇಡ,

ಆಗುವುದು, ಆಗಿಯೇ ತೀರುತ್ತದೆ
ಓ ಆತ್ಮವೇ, ಹಂಬಲ ಬಿಡು
ದೇವನನ್ನು ಪ್ರಾರ್ಥಿಸು, ಆತನಿಂದಲೇ ನಿಜವಾದ ಸದ್ಗತಿ.

ಶ್ರೀಮಂತಿಕೆ ಕಂಡು ಸಂತಸ ಬೇಡ,
ಕಷ್ಟಗಳು ಬಂದರೆ ಕೊರಗಬೇಡ.
ಐಶ್ವರ್ಯದಂತೆ, ಬಡತನ ಕೂಡಾ ಸಹಜ,
ದೇವ ಇಚ್ಛಿಸಿದಂತೆ ಸಿಗಬೇಕಾದ್ದು ಸಿಗಲಿದೆ.

ಕಬೀರನ ಇನ್ನೊಂದು ದೋಹಾದ ಅರ್ಥ ಇಂತಿದೆ :
'ನಿಜವಾದ ಧರ್ಮದ ಮೂಲ ದಯೆ
ದುರಾಸೆ ಪಾಪಕ್ಕೆ, ಕೋಪವೆಂಬುದು ನಾಶಕ್ಕೆ ಕಾರಣ
ಕ್ಷಮೆ ದೈವಿಕ'

ಮತ್ತೊಂದು ದೋಹಾದಲ್ಲಿ ಸೌಜನ್ಯದ ಅಗತ್ಯ ಕುರಿತು ಕಬೀರ ಹೇಳುತ್ತಾನೆ:
'ಗರ್ವಿಯಾಗಬೇಡ. ನೀನು ಎಲ್ಲಿ ಮತ್ತು ಹೇಗೆ ಮರಣ ಹೊಂದುವೆ
ಎಂಬುದು ನಿನಗೆ ಗೊತ್ತಿರುವುದಿಲ್ಲ'.

ಕೆಲಸವನ್ನು ಮುಂದೆ ಹಾಕಬಾರದು ಎನ್ನುವ ಕಬೀರ್,
'ನಾಳೆ ಮಾಡುವ ಕೆಲಸ ಈಗ ಮಾಡು
ಇಂದು ಮಾಡಬೇಕಾದ್ದನ್ನು ಈಗಲೇ
ಮುಂದಿನ ಕ್ಷಣ ಏನಾಗುತ್ತದೆ ಎಂಬುದು ಯಾರಿಗೆ ಗೊತ್ತಿರುತ್ತದೆ'.
'ಕಬೀರ ಸಂತೆಯಲ್ಲಿ ನಿಂತಿದ್ದಾನೆ.
ಎಲ್ಲರ ಕ್ಷೇಮ ಬಯಸುತ್ತಾನೆ.
ಆತ ಯಾರ ಮಿತ್ರನಲ್ಲ, ಶತ್ರುವೂ ಅಲ್ಲ'
ತಮ್ಮನ್ನು ತಾವೇ ವಿಮರ್ಶಿಸಿಕೊಳ್ಳಬೇಕು, ಬೇರೆಯವರಲ್ಲಿ ತಪ್ಪು
ಕಂಡುಹಿಡಿಯಬಾರದು ಎಂದು ಕಬೀರ ಹೇಳುವುದು ಹೀಗೆ : 'ಕೆಟ್ಟ ಮನುಷ್ಯ
ನೊಬ್ಬನನ್ನು ಹುಡುಕಲು ಹೊರಟ ನನಗೆ ಅಂಥವರು ಯಾರೂ ಸಿಗಲಿಲ್ಲ. ಆದರೆ,

ನನ್ನೊಳಗನ್ನು ನಾನು ನೋಡಿಕೊಂಡಾಗ, ನನ್ನಂಥ ದುಷ್ಟ ಯಾರೂ ಇಲ್ಲ ಎಂಬುದು ಗೊತ್ತಾಯಿತು'.

ಬದುಕಿನ ನಶ್ವರತೆ ಬಗ್ಗೆ ಹೇಳುವುದು ಹೀಗೆ, 'ಒರಳು ಕಲ್ಲಿನಲ್ಲಿ ಯಾವುದೇ ಧ್ಯಾನ ಪುಡಿಯಾಗದೆ ಉಳಿಯುವುದಿಲ್ಲ. ಬದುಕು ಅಭದ್ರತೆ, ಕಷ್ಟಗಳಿಂದ ತುಂಬಿರುವಂತದ್ದು'.

ಮಾತು ಕಠಿಣವಾಗಿರಬಾರದು ಎನ್ನುವ ಕಬೀರ್, 'ಗರ್ವ, ದರ್ಪ, ದ್ವೇಷದ ಮಾತು ಸಲ್ಲದು. ಸಿಹಿಯಾದ ಮಾತು ನಮ್ಮ ಮನಸ್ಸು ಮಾತ್ರವಲ್ಲ ಕೇಳುಗನ ಮೇಲೂ ಪರಿಣಾಮ ಬೀರುತ್ತದೆ'.

ಶಾಂತ, ಶಾಂತಿಯುತ ಬದುಕಿಗೆ ಕಬೀರನ ಸೂತ್ರ, 'ಸರಳ–ಶುದ್ಧ ಬದುಕು ಬದುಕುವಾತ ಯಾರ ಬಗ್ಗೆಯೂ ದ್ವೇಷ ಇರಿಸಿಕೊಳ್ಳುವುದಿಲ್ಲ. ತನ್ನ ಮನಸ್ಸನ್ನು ಶುದ್ಧ–ನಮ್ರವಾಗಿಸಿಕೊಂಡಿರುತ್ತಾನೆ. ಇಂಥ ಶುದ್ಧ ಸ್ಥಿತಿಯಲ್ಲಿ ದೇವರು ನಿನ್ನ ಜತೆಯೇ ಇರುತ್ತಾರೆ'.

- ಬಳಸುವಾತನಿಗೆ ಗೊತ್ತಿದ್ದರೆ, ಮಾತಿನ ಮೌಲ್ಯವನ್ನು ಬೆಲೆಕಟ್ಟಲು ಸಾಧ್ಯವಿಲ್ಲ.
- ತಾಳ್ಮೆಯಿರಲಿ. ಆಗಬಹುದಾದದ್ದು ಆಗಿಯೇ ಆಗುತ್ತದೆ.
- ಸರಳ ಮಾತಿನಲ್ಲಿ ಗಂಭೀರ ವಿಚಾರವನ್ನು ಹೇಳಬಹುದು.

ಅಲೆಮಾರಿಗಳು

ಶ್ರೇಷ್ಠ ವ್ಯಕ್ತಿಗೆ ಸ್ವಪ್ರತಿಷ್ಠೆ ಕಡಿಮೆ ಇರುತ್ತದೆ.

ಇದು ಪ್ರವಾದಿ ಖಲೀಲ್ ಗಿಬ್ರಾನ್ ಅವರ ಕಥೆ: ಇಬ್ಬರು ಅಲೆಮಾರಿಗಳು ಸಮುದ್ರ ತೀರದಲ್ಲಿ ಭೇಟಿಯಾದರು. ಮಾತು ಆರಂಭವಾಯಿತು. ಒಬ್ಬ ಇನ್ನೊಬ್ಬನಿಗೆ ಹೇಳಿದ, 'ಬಹಳ ಕಾಲದ ಹಿಂದೆ ಭಾರಿ ಅಲೆಯೊಂದು ಬಂದಿತು.

ನಾನು ಮರಳಿನ ಮೇಲೆ ಸಾಲೊಂದನು ಬರೆದೆ. ಎಲ್ಲರೂ ಅದನ್ನು ಓದಿದರು. ಅದನ್ನು ಅಳಿಸದಂತೆ ಎಚ್ಚರ ವಹಿಸಿದರು'.

ಇನ್ನೊಬ್ಬ ಹೇಳಿದ, 'ನಾನೂ ಮರಳಿನ ಮೇಲೆ ಸಾಲೊಂದನು ಬರೆದೆ. ಆದರೆ, ಆಗ ಉಬ್ಬರವಿರಲಿಲ್ಲ. ಅಲೆಗಳು ಸಾಲನ್ನು ಅಳಿಸಿ ಹಾಕಿದವು. ಹೇಳು, ನೀನು ಬರೆದದ್ದೇನು?'

ಮೊದಲ ಮನುಷ್ಯ ಹೇಳಿದ, 'ನಾನು ಯಾರೋ ಅದೇ ನಾನು'.

ಕೇಳಿದ 'ನೀನು ಬರೆದದ್ದೇನು?'

ಎರಡನೆಯವ ಹೇಳಿದ, 'ನಾನು ಈ ಭಾರಿ ಸಮುದ್ರದ ಒಂದು ಹನಿ ಮಾತ್ರ ಎಂದು ಬರೆದೆ'.

- ಸರಳ, ನೇರವಾಗಿರಿ.
- ತಮ್ಮನ್ನು ತಾವೇ ಹೊಗಳಿಕೊಳ್ಳುವುದರಲ್ಲಿ ಅರ್ಥವಿಲ್ಲ.
- ಬೇರೆಯವರು ಹೊಗಳುವಂತೆ ನಿಮ್ಮ ಸಾಧನೆ ಇರಬೇಕು.

ಇರುವುದರಲ್ಲಿ ಸಂತಸ

ಇರುವುದರಲ್ಲಿ, ಸಿಕ್ಕಿದ್ದರಲ್ಲಿ ಸಂತಸಪಡಿ. ಬೇರೆಯವರನ್ನು ನೋಡಿ ಕರುಬಬೇಡಿ.

ನಮ್ಮಲ್ಲಿ ಬಹುತೇಕರು ಇರುವುದನ್ನು ಬಿಟ್ಟು ಇಲ್ಲದಿರುವುದರ ಬಗ್ಗೆ ಕೊರಗುತ್ತಾರೆ. ಹೆಚ್ಚು ಸಕಾರಾತ್ಮಕ ಮನಸ್ಥಿತಿ ಗಳಿಸುವುದು ಹೇಗೆ?

ನಾವು ಇರುವುದರಲ್ಲಿ ತೃಪ್ತಿ ಪಟ್ಟುಕೊಳ್ಳಬೇಕು. ಇದಕ್ಕಾಗಿ ದೇವರಿಗೆ ಕೃತಜ್ಞರಾಗಿರಬೇಕು. 'ತೃಪ್ತಿ' ಎಂಬುದು ನಮ್ಮ ಮಾನಸಿಕ ಸ್ಥಿತಿಯನ್ನು ಹಾಗೂ ನಾವು ಘಟನೆಗಳಿಗೆ ಹೇಗೆ ಪ್ರತಿಕ್ರಿಯಿಸುತ್ತೇವೆ ಎಂಬುದನ್ನು ಆಧರಿಸಿದೆ.

ಈ ಮಾತು ಗಮನಿಸಿ, 'ಇಬ್ಬರು ಸೆರೆಯಾಳುಗಳು ಬಂದಿಖಾನೆಯ ಸರಳಿನ ಮೂಲಕ ಹೊರಗೆ ನೋಡಿದರು. ಒಬ್ಬನಿಗೆ ಕೆಸರು ಕಾಣಿಸಿತು. ಇನ್ನೊಬ್ಬನಿಗೆ ನಕ್ಷತ್ರಗಳು ಕಂಡವು'.

ಇದು ಸಕಾರಾತ್ಮಕ ಮನಸ್ಥಿತಿಯ ಪರಿಣಾಮ.

ಶ್ರೇಷ್ಠ ಕವಿ ಗಯಟೆ ಹೇಳಿದ್ದಿದು :

'ನನ್ನ ಕಿರೀಟ ಹೃದಯದಲ್ಲಿದೆ, ತಲೆಯ ಮೇಲಲ್ಲ
ವಜ್ರ, ವೈಢೂರ್ಯದಿಂದ ಆಗಿಲ್ಲ ಆ ಕಿರೀಟ
ಕಣ್ಣಿಗೆ ಕಾಣಿಸದ ಅದರ ಹೆಸರು 'ತೃಪ್ತಿ'
ರಾಜರು ಕೂಡಾ ಅದನ್ನು ಹೊಂದಿರಲಾರರು'.

ನಮ್ಮಲ್ಲಿ ಬಹುತೇಕರಿಗೆ ಲಭ್ಯವಿರುವ ಸಂಗತಿಗಳೆಂದರೆ,

• ಉತ್ತಮ ಆರೋಗ್ಯ • ಮನೆ • ಸಂಗಾತಿ • ಮಕ್ಕಳು • ಆಹಾರ, ಗಾಳಿ ಮತ್ತು ವಸ್ತ್ರ • ಉತ್ತಮ ಸ್ನೇಹಿತರು–ಸಂಬಂಧಿಗಳು • ಒಳ್ಳೆಯ ಅವಕಾಶ.

ನಾವು ಇರುವುದರಲ್ಲಿ ತೃಪ್ತಿಪಟ್ಟು, ಇಲ್ಲದ್ದರ ಬಗ್ಗೆ ಕೊರಗುವುದನ್ನು ಬಿಡಬೇಕು.

- ಲಭ್ಯವಿರುವುದನ್ನು ಸೂಕ್ತವಾಗಿ ಬಳಸಿ, ಅಭಿವೃದ್ಧಿ ಹೊಂದಿ.
- ಕೊರಗುವುದರಿಂದ ಸುಖವಿಲ್ಲ, ನಾವು ಹಾಗೂ ಜತೆಯವರು ಇದರಿಂದ ದುಃಖಿತರಾಗುತ್ತೇವೆ.
- ತೃಪ್ತಿ ಇದ್ದಲ್ಲಿ ಬದುಕು ಸಹನೀಯವಾಗುತ್ತದೆ.

ಹೋರಾಟದ ಬದುಕು

ಸಾಧಕರ ಜೀವನಗಾಥೆ ಸ್ಫೂರ್ತಿದಾಯಕ.

ಒಂದೂರಲ್ಲಿ ಪತಿ–ಪತ್ನಿ. ಅವರಿಗೆ ಒಬ್ಬಳು ಮಗಳು. ಮಗಳೆಂದರೆ ದಂಪತಿಗೆ ಪಂಚಪ್ರಾಣ. ಆಕೆಗೆ ಒಳ್ಳೆಯ ವಿದ್ಯಾಭ್ಯಾಸ ಸಿಕ್ಕಿತು. ಬಳಿಕ ಕಂಪನಿಯೊಂದರಲ್ಲಿ ಕೆಲಸಕ್ಕೂ ಸೇರಿದಳು.

ಭವಿಷ್ಯದಲ್ಲಿ ಏನಿದೆ ಎಂಬುದು ಯಾರಿಗೂ ಗೊತ್ತಿರುವುದಿಲ್ಲ. ಕಚೇರಿಯಲ್ಲಿ ನಡೆದ ಅಪಘಾತದಿಂದ ಆಕೆ ತನ್ನ ಶ್ರವಣ ಶಕ್ತಿ ಕಳೆದುಕೊಂಡಳು. ಬದುಕೇ ಕತ್ತಲಾಗಿ ಹೋಯಿತು.

ಆದರೆ, ಆಕೆ ಎದೆಗೆಡಲಿಲ್ಲ.

ಆಕೆಯ ಓದು ಅವಳ ಕೈಹಿಡಿಯಿತು. ಎಳವೆಯಿಂದಲೇ ಮಹಾನ್ ಸಾಧಕರ ಬಗ್ಗೆ, ಸಾಹಿತ್ಯ, ಕಲೆ, ಸಂಸ್ಕೃತಿ ಕುರಿತು ಅಪಾರ ಓದು ಮಾಡಿದ್ದು ಈಗ ನೆರ ವಾಯಿತು.

ನಿಧಾನವಾಗಿ ಕಚೇರಿಗೆ ಹೋಗಲಾರಂಭಿಸಿದರು. ಶ್ರವಣಯಂತ್ರ, ತಜ್ಞರ ತರಬೇತಿ, ಸಹೋದ್ಯೋಗಿಗಳು–ಪೋಷಕರ ನೆರವಿನಿಂದ ಬದುಕು ಕಟ್ಟಿ ಕೊಂಡಳು.

- ● ಬೀಳುವುದು ಸುಲಭ. ಎದ್ದು ಬದುಕು ಕಟ್ಟಿಕೊಳ್ಳುವುದು ಕ್ಲಿಷ್ಟ
- ● ಕಷ್ಟಗಳು ದಾರಿದೀಪವಿದ್ದಂತೆ.
- ● ಸವಾಲನ್ನು ಎದುರಿಸದೆ ಓಡಿಹೋಗುವುದು ಹೇಡಿತನದ ಲಕ್ಷಣ.

ಸೇಡು

ಕೃತಜ್ಞತೆಯಿಲ್ಲದ ಮನುಷ್ಯ, ಅನರ್ಥಕ್ಕೆ ತುತ್ತಾಗುತ್ತಾನೆ.

ಮೂವತ್ತೈದು ವರ್ಷ ಕೆಲಸ ಮಾಡಿದ ವ್ಯಕ್ತಿಯೊಬ್ಬರು, ನಿವೃತ್ತಿ ಬಳಿಕ ಮನೆಯೊಂದನ್ನು ಕಟ್ಟಿಸಿದರು. ಅವರಿಗೆ ಮೂವರು ಮಕ್ಕಳು. ಹಿರಿಯ ಮಗ-ಸೊಸೆ, ಪತ್ನಿಯೊಟ್ಟಿಗೆ ಮೊದಲ ಅಂತಸ್ತಿನಲ್ಲಿ ವಾಸಿಸುತ್ತಿದ್ದರು. ಇಬ್ಬರು ಮಕ್ಕಳಿಗೆ ತಲಾ ಒಂದು ಅಂತಸ್ತು ನೀಡಿದ್ದರು.

ಕೆಲ ವರ್ಷಗಳ ಬಳಿಕ ಅವರ ಪತ್ನಿ ಮೃತಪಟ್ಟಳು. ಊಟ ಮತ್ತು ಬೇರೆ ಅಗತ್ಯಗಳಿಗಾಗಿ ಹಿರಿಯ ಮಗನನ್ನೇ ಆಶ್ರಯಿಸುವ ಸ್ಥಿತಿ ಬಂದಿತು. 'ತಾನು ಮಾತ್ರ

ತಂದೆಯನ್ನು ನೋಡಿಕೊಳ್ಳಬೇಕಾಗಿ ಬಂದಿದೆ' ಎಂದು ಹಿರಿಮಗ ದೂರಿದ. ಬಳಿಕ ಮೂವರು ಮಕ್ಕಳೂ ತಲಾ ನಾಲ್ಕು ತಿಂಗಳು ತಂದೆಯನ್ನು ನೋಡಿಕೊಳ್ಳಬೇಕೆಂದು ನಿರ್ಧರಿಸಿದರು. ಈ ವ್ಯವಸ್ಥೆ ತಂದೆಗೆ ಸರಿಬರಲಿಲ್ಲ. ಅವರು ಊಟ–ತಿಂಡಿಗಾಗಿ ಸಮೀಪದಲ್ಲಿದ್ದ ಹೋಟೆಲ್‌ನ್ನು ಆಶ್ರಯಿಸಬೇಕಾಗಿ ಬಂದಿತು.

ಆ ಹಿರಿಯರ ಸ್ನೇಹಿತರು ಮಕ್ಕಳಿಗೆ ಬುದ್ಧಿ ಕಲಿಸಬೇಕೆಂದು ಯೋಜನೆ ರೂಪಿಸಿದರು. ಆ ಪ್ರಕಾರ, ಮಕ್ಕಳನ್ನು ಕರೆದ ತಂದೆ, ಒಂದು ತಿಂಗಳು ಪ್ರವಾಸದ ಟಿಕೆಟ್ ಕೊಟ್ಟರು. ಮೂವರೂ ಖುಷಿಯಿಂದ ತಮ್ಮ ಕುಟುಂಬದೊಂದಿಗೆ ಪ್ರವಾಸ ಹೊರಟರು.

ಪ್ರವಾಸ ಮುಗಿಸಿ ಬಂದ ಬಳಿಕ ನೋಡುತ್ತಾರೆ, ಮನೆಯಲ್ಲಿ ತಂದೆ ಇರಲಿಲ್ಲ. ಬೇರೊಬ್ಬ ವ್ಯಕ್ತಿ ಕಂಡು ಬಂದ. 'ನೀವು ಯಾರು' ಎಂಬ ಪ್ರಶ್ನೆಗೆ ಆತ ಹೇಳಿದ, 'ನಾನೊಬ್ಬ ಬಿಲ್ಡರ್. ನಿಮ್ಮ ತಂದೆ ಕಟ್ಟಡವನ್ನು ನನಗೆ ಮಾರಿದ್ದಾರೆ. ನೀವು ನಿಮ್ಮ ಸಾಮಾನು–ಸರಂಜಾಮನ್ನು ತಕ್ಷಣ ಇಲ್ಲಿಂದ ಸಾಗಿಸಬೇಕು. ನಾನು ನಾಳೆ ಕಟ್ಟಡವನ್ನು ಕೆಡವುತ್ತೇನೆ'.

ಮಕ್ಕಳು ದಿಗ್ಭ್ರಾಂತರಾದರು. ತಾನೆಲ್ಲಿ ಇದ್ದೇನೆ ಎಂಬ ವಿಳಾಸವನ್ನು ತಂದೆ ನೀಡಿರಲಿಲ್ಲ. ಮನೆ ಖಾಲಿ ಮಾಡದೆ ಬೇರೆ ದಾರಿಯೇ ಇರಲಿಲ್ಲ! ತಂದೆಯನ್ನು ನಿರ್ಲಕ್ಷಿಸಿದ್ದರ ಫಲವಾಗಿ ಮಕ್ಕಳು ನೆಲೆಯನ್ನೇ ಕಳೆದುಕೊಂಡರು.

ನಾವು ಮಕ್ಕಳನ್ನು ತೀರಾ ಹಚ್ಚಿಕೊಂಡಿರುತ್ತೇವೆ. ರಾಮಕೃಷ್ಣ ಪರಮಹಂಸರು ಹೇಳುತ್ತಾರೆ, 'ನಾವು ನಮ್ಮ ಬದುಕನ್ನು 'ಆರೈಕೆ ಮಾಡುವವನಂತೆ' ಬದುಕಬೇಕು. 'ಕೇರ್‌ಟೇಕರ್' ವಸ್ತುಗಳ ಮೇಲೆ ವ್ಯಾಮೋಹ ಹೊಂದಿರುವುದಿಲ್ಲ. ಈ ನಿರ್ಮಮಕಾರ ಮನಸ್ಥಿತಿಯಿಂದ ಆತ ದುಃಖಿತನಾಗುವುದಿಲ್ಲ'.

- ಮಕ್ಕಳಲ್ಲಿ ಉತ್ತಮ ಮೌಲ್ಯಗಳನ್ನು ಬೆಳೆಸಿ.
- ಮಕ್ಕಳನ್ನು ಸ್ವಾವಲಂಬಿಯಾಗಿ ಬೆಳೆಸಬೇಕು.
- ಸಂವಾದದ ಮೂಲಕ ಸಮಸ್ಯೆಗಳನ್ನು ಬಗೆಹರಿಸಬೇಕು.

40 ವರ್ಷದ ಸಾಹಚರ್ಯ

ನಿಜವಾಗಿಯೂ ಪ್ರೀತಿಸುವವರು ಏನನ್ನೂ ಮರೆಯುವುದಿಲ್ಲ.

ಆ ದಂಪತಿಯದು ಸುದೀರ್ಘ ದಾಂಪತ್ಯ. ಅದೊಂದು ರಾತ್ರಿ ಅದೇಕೋ ಪತ್ನಿಗೆ ಎಚ್ಚರವಾಯಿತು. ನೋಡಿದರೆ ಪತಿ ಇರಲಿಲ್ಲ. ಹೊರಗೆದ್ದು ಬಂದು ನೋಡಿದರೆ, ಪತಿ ಹೊರ ಕೋಣೆಯಲ್ಲಿ ಕುಳಿತಿದ್ದಾರೆ. ಕಣ್ಣುಗಳು ಒದ್ದೆಯಾಗಿವೆ. ಪತ್ನಿ ಕೇಳಿ ದಳು, 'ಏನು ಮಾಡುತ್ತಿದ್ದೀರಿ? ನಿದ್ರೆ ಬರಲಿಲ್ಲವೇ?'

80

'40 ವರ್ಷಗಳ ಹಿಂದೆ ಆದದ್ದು ಜ್ಞಾಪಕವಿದೆಯೇ' ಎಂದು ಪತಿ ಕೇಳಿದ.

'ಜ್ಞಾಪಕವಿದೆ. ಆಗ ನನಗಿನ್ನೂ 18 ವರ್ಷ' ಎಂದಳು ಪತ್ನಿ

'ನಾವಿಬ್ಬರೂ ನಿಮ್ಮ ತಂದೆ ಕೈಗೆ ಸಿಕ್ಕಿ ಹಾಕಿಕೊಂಡಿದ್ದು ಜ್ಞಾಪಕವಿದೆಯೇ?'. 'ಹೌದು' ಎಂದಳು ಪತ್ನಿ. 'ನಿಮ್ಮ ತಂದೆ ನನ್ನ ತಲೆಗೆ ರಿವಾಲ್ವರ್ ಇಟ್ಟು, ಒಂದೋ ನನ್ನ ಮಗಳನ್ನು ಮದುವೆಯಾಗು. ಇಲ್ಲವೇ 40 ವರ್ಷ ಜೈಲಿಗೆ ಹೋಗಲು ಸಿದ್ಧನಾಗು' ಎಂದು ಹೆದರಿಸಿದ್ದು ಜ್ಞಾಪಕವಿದೆಯೇ?' ಕೇಳಿದ ಪತಿ.

'ಹೌದು. ಜ್ಞಾಪಕವಿದೆ' ಎಂದಳು ಪತ್ನಿ.

ಪತಿ ತನ್ನ ಕಣ್ಣೀರು ಒರೆಸಿಕೊಳ್ಳುತ್ತ ಹೇಳಿದ, 'ಆ ಘಟನೆ ನಡೆದು ಇಂದಿಗೆ 40 ವರ್ಷ. ನಿನ್ನನ್ನು ಮದುವೆ ಆಗದಿದ್ದಲ್ಲಿ ಇಂದು ನಾನು ಜೈಲಿನಿಂದ ಹೊರಬರುತ್ತಿದ್ದೆ.

ಪತಿಯ ಪ್ರೀತಿ ಕಂಡು ಪತ್ನಿ ತಾನೂ ಕಣ್ಣೀರಾದಳು.

- ಕೆಲ ಘಟನೆಗಳನ್ನು ಮನಸ್ಸಿನಿಂದ ತೆಗೆದುಹಾಕಲು ಸಾಧ್ಯವಾಗುವುದಿಲ್ಲ.
- ಮೊದಲ ಪ್ರೀತಿಯನ್ನು ಯಾರೂ ಮರೆಯಲಾರರು.
- ದೀರ್ಘಕಾಲೀನ ಒಡನಾಟದಿಂದ, ಬಿಡಿಸಲಾಗದ ಬಂಧ ಏರ್ಪಡುತ್ತದೆ.

ಸೋಲಿನಲ್ಲೂ ಗೆಲುವು

ತ್ಯಾಗ ಜೀವಿತದಲ್ಲಿ, ಜೀವಿತಾವಧಿಯ ನಂತರವೂ ಉಳಿಯುತ್ತದೆ.

ಆತನೊಬ್ಬ ಉತ್ತಮ ಟೆನಿಸ್ ಆಟಗಾರ.

ಎಂಜಿನಿಯರ್ ಹುದ್ದೆಗೆ ಅರ್ಜಿ ಹಾಕುತ್ತಾನೆ. 'ಆಟಗಾರರ ಕೋಟಾ'ದಲ್ಲಿ ಆತನಿಗೆ ಕೆಲಸ ಸಿಗಬೇಕಿದ್ದರೆ, ಆಟದಲ್ಲಿ ಆತ ಗೆಲ್ಲಬೇಕಾಗಿರುತ್ತದೆ.

ಆಟ ಆರಂಭವಾಗುತ್ತದೆ. ಆತ ಗೆಲ್ಲುತ್ತಾನೆ. ಬಳಿಕ ಆತನ ಬಳಿ ಬಂದ ರೆಫ್ರಿ,

'ಸೋತವನಿಗೆ ಈ ಕೆಲಸದ ಅಗತ್ಯವಿದೆ. ಆತ ತೀರಾ ಬಡವ. ಇಡೀ ಕುಟುಂಬದ ಜವಾಬ್ದಾರಿ ಆತನ ಮೇಲಿದೆ. ವೃದ್ಧೆ ತಾಯಿ, ಸೋದರಿ–ಸೋದರರ ವಿದ್ಯಾ ಭ್ಯಾಸದ ಜವಾಬ್ದಾರಿ ಇದೆ' ಎಂದ. ಆಟಗಾರ 'ತಾನು ಸೋತೆ' ಎಂದು ಒಪ್ಪಿ ಕೊಂಡ.

ಕೆಲಕಾಲದ ನಂತರ ಆತನಿಗೆ ಬೇರೆಡೆ ಒಳ್ಳೆಯ ಕೆಲಸ ಸಿಕ್ಕಿತು. ಇಬ್ಬರೂ ಶ್ರಮವಹಿಸಿ ಕೆಲಸ ಮಾಡಿ, ವೃತ್ತಿಯಲ್ಲಿ ಉತ್ತಮ ಸಾಧನೆ ಮಾಡಿದರು. ಕ್ರೀಡೆ ಯಲ್ಲೂ ಗಮನಾರ್ಹ ಸಾಧನೆ ಮಾಡಿದರು.

ಕೊನೆಯವರೆಗೂ ಇಬ್ಬರ ನಡುವಿನ ಸೌಹಾರ್ದ ಸಂಬಂಧವಿತ್ತು. ಮೊದಲಿನವನ ಹೃದಯವಂತಿಕೆಯನ್ನು ಇನ್ನೊಬ್ಬ ಮರೆಯಲಿಲ್ಲ

- ನಿಮಗೆ ಅರ್ಹತೆ ಇದ್ದಲ್ಲಿ ಅವಕಾಶಗಳಿಗೆ ಕೊರತೆ ಇರುವುದಿಲ್ಲ.
- ನೀವು ಮಾಡುವ ಸಣ್ಣ ಉಪಕಾರಕ್ಕೆ ಭವಿಷ್ಯದಲ್ಲಿ ಭಾರಿ ಪ್ರತಿಫಲ ಲಭಿಸುತ್ತದೆ.
- ಹೃದಯವಂತಿಕೆಗೆ ಹೃದಯವಂತಿಕೆಯೇ ಪ್ರತಿಫಲ.
- ನಿನಗೆ ಬೇರೆಯವರು ಉಪಕಾರ ಮಾಡಿದ್ದರೆ, ನೀನು ಬೇರೆಯವರಿಗೆ ಉಪಕಾರ ಮಾಡು.

ನನ್ನವರು ಎನ್ನುವ ಭ್ರಮೆ

ಸ್ವಪ್ರೀತಿ—ನಿಜವಾದ ಪ್ರೀತಿ ಎನ್ನುವುದು ಭ್ರಮೆ.

ಒಬ್ಬ ಗುರುವಿಗೆ ಸಂಸಾರವಂದಿಗ ಶಿಷ್ಯನೊಬ್ಬನಿದ್ದ. ಹಲವು ಬಾರಿ ಹೇಳಿದರೂ ಗುರುವನ್ನು ಹಿಂಬಾಲಿಸಲು ಶಿಷ್ಯ ಸಿದ್ಧನಿರಲಿಲ್ಲ. ಆತನಿಗೆ ತನ್ನ ಕುಟುಂಬದ ಬಗ್ಗೆ ಕುರುಡು ಮೋಹ.

'ನಾನು ಹೇಗೆ ತನ್ನ ಪ್ರೀತಿಪಾತ್ರ ಪತ್ನಿ, ಮಕ್ಕಳು, ತಂದೆ—ತಾಯಿಯನ್ನು ತೊರೆಯುವುದು?' ಶಿಷ್ಯ ಕೇಳಿದ.

‘ಇದೆಲ್ಲ ಭ್ರಮೆ. ಅವರ ಪ್ರೀತಿ ಶಾಶ್ವತವಾದದ್ದಲ್ಲ ಎಂದು ನಾನು ಸಾಬೀತು ಮಾಡುತ್ತೇನೆ. ನಾನು ಹೇಳಿದಂತೆ ಮಾಡು’ ಎಂದ ಗುರು. ಗುರು ಕೊಟ್ಟ ಮಾತ್ರೆ ನುಂಗಿದ ಶಿಷ್ಯ ಶವದಂತಾದ. ಆದರೆ, ಆತನ ಜೀವ ಹೋಗಿರಲಿಲ್ಲ, ಪ್ರಜ್ಞೆ, ಅರಿವು ಇತ್ತು.

ಕುಟುಂಬದವರೆಲ್ಲ ಗೋಳಿಡಲು ಆರಂಭಿಸಿದರು. ಅಲ್ಲಿಗೆ ಬಂದ ಗುರು ಹೇಳಿದ, ‘ಈತನ ಜೀವ ಮರಳಿ ತರಬಲ್ಲ ಔಷಧ ನನ್ನ ಬಳಿ ಇದೆ. ಆದರೆ, ಅದನ್ನು ಪಡೆಯಲು ಇನ್ನೊಬ್ಬರು ಜೀವ ಕೊಡಬೇಕು’.

ನೆಂಟರೆಲ್ಲ ಒಂದಲ್ಲ ಒಂದು ಕಾರಣ ಹೇಳಿ ಅಲ್ಲಿಂದ ಮೆಲ್ಲಗೆ ಜಾಗ ಖಾಲಿ ಮಾಡಿದರು. ತಂದೆ–ತಾಯಿ ಹೇಳಿದರು, ‘ನಮ್ಮ ಭಾರಿ ವ್ಯವಹಾರ, ಈ ಮನೆಯನ್ನು ನೋಡಿಕೊಳ್ಳಬೇಕು’. ಪತ್ನಿ ‘ಈ ಮಕ್ಕಳ ಗತಿ ಏನು? ಇವರಿಗಾಗಿ ನಾನು ಜೀವ ತೆರಲಾರೆ’ ಎಂದಳು.

ಕುಟುಂಬದವರ ಬಗ್ಗೆ ತಾನು ಅಂದುಕೊಂಡಿದ್ದು ಭ್ರಮೆ ಎಂಬುದು ಅರಿವಾದ ವ್ಯಕ್ತಿ ತಕ್ಷಣ ಎದ್ದವನೇ ಗುರುವಿನ ಪಾದ ಸ್ಪರ್ಶಿಸಿದ. ‘ನಾನು ನಿಮ್ಮೊಡಲು ಬರಲು ಸಿದ್ಧನಾಗಿದ್ದೇನೆ. ಹೋಗೋಣ ಬನ್ನಿ’ ಎಂದವನೇ ಗುರುವಿನ ಜತೆ ಹೆಜ್ಜೆ ಹಾಕಿದ.

- ನಮ್ಮ ಕರ್ತವ್ಯವನ್ನು ಪಾಲಿಸಬೇಕು.
- ಅತಿ ವ್ಯಾಮೋಹ ಸಲ್ಲದು.
- ಕುಟುಂಬವೇ ಸರ್ವಸ್ವ ಎಂದು ಭಾವಿಸಬಾರದು.
- ಸಮಾಜದ ಋಣ ತೀರಿಸಬೇಕಾದ್ದು ನಮ್ಮೆಲ್ಲರ ಕರ್ತವ್ಯ.

ವಿನಯದ ಪಾಠ

ಬೇರೆಯವರ ತಪ್ಪು ಕಂಡುಹಿಡಿಯುವುದು ಸುಲಭ.

ಜೀವನದಲ್ಲಿ ಮಾಡಬಾರದ್ದನ್ನೆಲ್ಲ ಮಾಡಿದ ವ್ಯಕ್ತಿಯೊಬ್ಬ ಋಷಿಯೊಬ್ಬನ ಬಳಿ ಹೋಗಿ ಹೇಳಿದ, 'ನಾನೊಬ್ಬ ಪಾಪಿ. ನನ್ನ ಪಾಪಗಳನ್ನು ತೊಳೆಯುವ ಮಾರ್ಗ ತೋರಿಸಿಕೊಡಿ'.

'ಹೋಗು. ನಿನಗಿಂತ ಪಾಪಿಯನ್ನು ಹುಡುಕು ಇಲ್ಲವೇ ನಿನಗಿಂತ ಕೆಟ್ಟ ವಸ್ತುವನ್ನು ತೆಗೆದುಕೊಂಡು ಬಾ' ಎಂದು ಋಷಿ ಹೇಳಿದ. ಆತ ಹುಡುಕಿಯೇ ಹುಡುಕಿದ. ಅವನಿಗಿಂತ ದೊಡ್ಡ ಪಾಪಿ ಆತನ ಕಣ್ಣಿಗೆ ಬೀಳಲಿಲ್ಲ. ಅವನ ಕಣ್ಣಿಗೆ ಅವನೇ ವಿಸರ್ಜಿಸಿದ ಮಲ ಕಾಣಿಸಿತು. 'ಇದು ನನಗಿಂತ ಕೆಡುಕಾದ್ದು' ಎಂದು ಭಾವಿಸಿದವನೇ ಅದನ್ನು ಎತ್ತಿಕೊಳ್ಳಲು ಮುಂದಾದ.

ಆಗ ಅವನಿಗೊಂದು ಧ್ವನಿ ಕೇಳಿಸಿತು, 'ನಾನು ನಿನಗಿಂತ ಕೀಳಾದ್ದು ಎಂದು ಹೇಗೆ ಭಾವಿಸಿದೆ? ಈ ಮೊದಲು ನಾನು ಎಲ್ಲರೂ ಇಷ್ಟಪಡುವ ಕೇಕ್ ಆಗಿದ್ದೆ. ನನ್ನ ದುರದೃಷ್ಟದಿಂದ ನೀನು ನನ್ನನ್ನು ತಿಂದಿದ್ದರಿಂದ ಈ ಸ್ಥಿತಿ ತಲುಪಿರುವೆ. ಮತ್ತೆ ನನ್ನನ್ನು ಮುಟ್ಟಿ, ಇನ್ನಷ್ಟು ದರಿದ್ರ ಸ್ಥಿತಿಗೆ ಹೋಗುವಂತೆ ಮಾಡಬೇಡ'.

ಇದನ್ನು ಕೇಳಿದ ವ್ಯಕ್ತಿ ಪಾಠ ಕಲಿತ. ಅವನ ಬದುಕು ಬದಲಾಯಿತು.

- ● ನಾವು ಬೇರೆಯವರ ತಪ್ಪುಗಳನ್ನು ಎತ್ತಿ ಆಡಬಾರದು.
- ● ನಮ್ಮನ್ನು ತಿದ್ದಿಕೊಳ್ಳಲು, ಉತ್ತಮಗೊಳಿಸಿಕೊಳ್ಳಲು ಯತ್ನಿಸಬೇಕು.
- ● ಯಾರೂ ಪರಿಪೂರ್ಣರಲ್ಲ ಎಂಬುದನ್ನು ಮರೆಯಬಾರದು.

87

ಪ್ರಾಯೋಗಿಕ ಪಾಠ

ನಿಜವಾದ ನಾಯಕ ಉಳಿದವರಿಗೆ ದಾರಿ ತೋರಿಸುತ್ತಾನೆ.

ಆ ಶಾಲೆಯ ಪ್ರಿನ್ಸಿಪಾಲ್ ಶಿಸ್ತಿಗೆ ಹೆಸರಾದವರು. ಯಾರಿಗಾದರೂ ಉಪದೇಶ ಮಾಡುವ ಮುನ್ನ ತಾವು ಅದನ್ನು ಅಳವಡಿಸಿಕೊಳ್ಳುತ್ತಿದ್ದರು. ಒಂದು ದಿನ ಅವರು ಹಾಸ್ಟೆಲ್‌ನ ಭೋಜನಶಾಲೆಗೆ ಬಂದರು. ಮೇಜಿನ ಮೇಲಿದ್ದ ತಟ್ಟೆಗಳಲ್ಲಿ ಅನ್ನ, ಬಡಿಸಿದ್ದ ಪಲ್ಯ, ಸಾರು ಇತ್ಯಾದಿಗಳು ಹಾಗೆಯೇ ಇದ್ದವು. ನೋಡಿದರೆ ಆಘಾತ

88

ಆಗುವ ದೃಶ್ಯ. ಬಳಿಕ ತಟ್ಟೆಗಳನ್ನು ಎತ್ತಿಟ್ಟು, ಮೇಜುಗಳನ್ನು ಶುಚಿಗೊಳಿಸಲಾರಂಭಿ
ಸಿದ್ದರು. ಅಷ್ಟರಲ್ಲಿ ಅಲ್ಲಿಗೆ ಬಂದ ವಿದ್ಯಾರ್ಥಿಗಳು ತಮ್ಮ ಪ್ರಿನ್ಸಿಪಾಲ್ ತಟ್ಟೆ-ಮೇಜು
ಶುಚಿಗೊಳಿಸುತ್ತಿರುವುದನ್ನು ಕಂಡು ತಲೆ ತಗ್ಗಿಸಿದರು.

ಬಳಿಕ ಊಟ ತರಿಸಿಕೊಂಡ ಪ್ರಿನ್ಸಿಪಾಲ್, ಒಂದು ಅಗುಳು ಬಿಡದಂತೆ
ತಟ್ಟೆಯಲ್ಲಿದ್ದ ಎಲ್ಲವನ್ನೂ ತಿಂದರು. ಬಳಿಕ ಆಹಾರ ಕೊರತೆ, ಬಡತನ ಇತ್ಯಾದಿ
ಕುರಿತು ವಿವರಿಸಿದರು. 'ನಮಗೆ ಅಗತ್ಯವಿರುವಷ್ಟನ್ನೇ ಹಾಕಿಕೊಳ್ಳಬೇಕು.
ಬಡಿಸಿಕೊಂಡದ್ದನ್ನು ಒಂದಗುಳು ಬಿಡದಂತೆ ತಿನ್ನಬೇಕು, ಬಳಿಕ ತಟ್ಟೆಯನ್ನು
ಶುಚಿಗೊಳಿಸಿ, ಅದರ ಜಾಗದಲ್ಲಿ ಇಡಬೇಕು' ಎಂದರು.

ಗುರುಗಳ ಕ್ರಿಯೆ, ಮಾತು ವಿದ್ಯಾರ್ಥಿಗಳಿಗೆ ಮನದಟ್ಟಾಯಿತು.

- ಬರಿದೇ ಉಪದೇಶದಿಂದ ಪ್ರಯೋಜನವಿಲ್ಲ.
- ಮಾತನಾಡುವ ಬದಲು ಕೆಲಸ ಮಾಡಿ
  ತೋರಿಸಬೇಕು.
- ಶಿಕ್ಷಕರು ಕಲಿಸಿದ ಉತ್ತಮ ಪಾಠ
  ಕೊನೆಯವರೆಗೆ ಇರುತ್ತದೆ.

ಭಯದ ಪರಿಣಾಮ

ಧೈರ್ಯವುಳ್ಳವ ಒಮ್ಮೆ ಸಾಯುತ್ತಾನೆ. ಹೇಡಿ ಪ್ರತಿದಿನ ಸಾಯುತ್ತಾನೆ.

ತತ್ತ್ವಜ್ಞಾನಿಯೊಬ್ಬ ಉದ್ಯಾನದಲ್ಲಿ ತಿರುಗುತ್ತಿದ್ದಾಗ ಯಾರೋ ಹಿಂಬಾಲಿಸು ತ್ತಿದ್ದಾರೆ ಎಂಬ ಭಾವನೆ ಬಂದಿತು. ಹಿಂತಿರುಗಿ ನೋಡಿದಾಗ ನೆರಳು ಕಾಣಿಸಿತು. ಅದು ಮೃತ್ಯು.

ಆತ ಕೇಳಿದ, 'ಯಾರು ನೀನು? ಎಲ್ಲಿಗೆ ಹೋಗುತ್ತಿರುವೆ?'

ನೆರಳು ಹೇಳಿತು, 'ನಾನು ಮೃತ್ಯು. ನೂರು ಶವಗಳನ್ನು ತರಲು ಹೊರಟಿದ್ದೇನೆ'. ಬಳಿಕ ನೆರಳು ಕಣ್ಮರೆಯಾಯಿತು.

ಮರುದಿನ ಇಡೀ ಊರನ್ನು ಸಾಂಕ್ರಾಮಿಕ ರೋಗವೊಂದು ಆವರಿಸಿತು. ಸಾವಿರ ಜನ ಸತ್ತರು.

ಕೆಲ ದಿನಗಳ ಬಳಿಕ ತತ್ತ್ವಶಾಸ್ತ್ರಜ್ಞ ಮತ್ತೆ ನೆರಳನ್ನು ಕಂಡು ಕೇಳಿದ, 'ಕಳೆದ ಬಾರಿ ಸಿಕ್ಕಾಗ ನೂರು ಜನರ ಶವ ತರುತ್ತೇನೆ ಎಂದಿದ್ದೆ. ಆದರೆ, ಸಾವಿರ ಜನ ಸತ್ತರು. ಇದಕ್ಕೇನು ನಿನ್ನ ವಿವರಣೆ'.

ಸಾವು ಹೇಳಿತು, 'ಅದು ನನ್ನ ತಪ್ಪಲ್ಲ. ನಾನು ಸಾಯಿಸಿದ್ದು ನೂರು ಮಂದಿಯನ್ನು ಮಾತ್ರ. ಉಳಿದವರು ಭಯದಿಂದ ಸತ್ತರು'.

ಇದು ಭಯದ ಪರಿಣಾಮ. ನಾವು ಆತ್ಮವಿಶ್ವಾಸ ಕಳೆದುಕೊಂಡು, ಹೆದರುತ್ತ ಬದುಕಬಾರದು.

- **ಅಜ್ಞಾನ ಭಯಕ್ಕೆ ಕಾರಣ.**
- **ಅಜ್ಞಾನ–ಅಂಧಶ್ರದ್ಧೆಯನ್ನು ಜ್ಞಾನದ ಮೂಲಕ ಹೊಡೆದೋಡಿಸಬೇಕು.**
- **ಭಯದಿಂದ ಬದುಕುವುದು ಬದುಕಲ್ಲ. ಭಯವನ್ನು ಜಯಿಸಬೇಕು.**

ಅನಗತ್ಯ ಚಿಂತೆ

ಈ ಕ್ಷಣದಲ್ಲಿ ಬದುಕು, ಸಂತಸದಿಂದಿರು.

ಶ್ರೀಮಂತನೊಬ್ಬ ಏಳು ತಲೆಮಾರಿಗೆ ಸಾಲುವಷ್ಟು ಹಣ ಸಂಪಾದಿಸಿದ್ದ. ಹೀಗಿದ್ದರೂ ಆತ ಸಂತಸದಿಂದಿರಲಿಲ್ಲ. ಸದಾ ಹ್ಯಾಪಮೋರೆ ಹಾಕಿಕೊಂಡಿರುತ್ತಿದ್ದ. ಇದರಿಂದಾಗಿ ಕಾಯಿಲೆ ಬಿದ್ದ. ಆತನ ಪತ್ನಿ ಅವನನ್ನು ಮತ್ತೆ ಮತ್ತೆ ಪ್ರಶ್ನಿಸಿದಳು. 'ನಿಮ್ಮ ಕಾಯಿಲೆಗೆ ಚಿಂತೆಯೇ ಕಾರಣ. ಹೇಳಿ, ನಿಮ್ಮ ಚಿಂತೆಗೆ ಕಾರಣವೇನು? ಬೇಕಾದ್ದೆಲ್ಲ ನಿಮ್ಮ ಬಳಿ ಇದೆ. ಹೀಗಿದ್ದರೂ, ಆತಂಕ ಏಕೆ?'

ಕ್ಷಣಕಾಲ ಯೋಚಿಸಿದ ಆತ ಹೇಳಿದ, 'ಹೌದು. ನನ್ನ ಬಳಿ ಬೇಕಾದ್ದೆಲ್ಲ ಇದೆ. ಏಳು ತಲೆಮಾರು ಕುಳಿತು ಉಂಡರೂ, ಕರಗದಷ್ಟು ಐಶ್ವರ್ಯ ಇದೆ'. ಮಧ್ಯಪ್ರವೇಶಿಸಿದ ಪತ್ನಿ ಕೇಳಿದಳು, 'ಹಾಗಿದ್ದಲ್ಲಿ ನಿಮ್ಮ ಚಿಂತೆಗೆ ಕಾರಣವೇನು?' ಆತ ಹೇಳಿದ, 'ಓಹ್, ನಾನು 8ನೇ ಪೀಳಿಗೆ ಬಗ್ಗೆ ಚಿಂತಿಸುತ್ತಿದ್ದೇನೆ'! ಪತ್ನಿ ಹಣೆ ಚಚ್ಚಿಕೊಂಡಳು.

ಅನಗತ್ಯ ಚಿಂತೆಗೆ ಇದಕ್ಕಿಂತ ಉತ್ತಮ ಉದಾಹರಣೆ ಬೇಕಿಲ್ಲ.

- ನಿಮ್ಮ ನಿಯಂತ್ರಣದಲ್ಲಿ ಇಲ್ಲದ ವಿಷಯಗಳ ಬಗ್ಗೆ ಚಿಂತೆ ಅನಗತ್ಯ.
- ಮುಂದಾಲೋಚನೆ ಒಳ್ಳೆಯದು. ಆದರೆ, ಅದು ಅತಿಯಾಗಬಾರದು.
- ಮಾನಸಿಕ ಶಾಂತಿ ಹಾಗೂ ಭದ್ರತೆಯ ಮನೋಭಾವ ಹಣದಿಂದ ಬರುತ್ತದೆ ಎಂಬುದಕ್ಕೆ ಖಾತ್ರಿಯಿಲ್ಲ.

ನಂಬಿಕೆ ದ್ರೋಹ

ಕುತಂತ್ರ, ವಿದ್ರೋಹಕ್ಕೆ ತಕ್ಕ ಶಾಸ್ತಿ ಆಗುತ್ತದೆ.

ಸೂಫಿ ಸಂತನೊಬ್ಬ ಶಿಷ್ಯರ ಜತೆ ದೂರದ ಊರಿಗೆ ಪ್ರಯಾಣ ಕೈಗೊಂಡ. ನಡೆದು ಸುಸ್ತಾದ ಅವರೆಲ್ಲ ಕೊಂಬೆಗಳ ಮೇಲೆ ಹಕ್ಕಿಗಳು ಕುಳಿತಿದ್ದ ಮರವೊಂದರ ಕೆಳಗೆ ವಿಶ್ರಾಂತಿ ಪಡೆಯುತ್ತಿದ್ದರು.

ಆಗ ಕಿಡಿಗೇಡಿ ಶಿಷ್ಯನೊಬ್ಬ ಬಿಲ್ಲಿಗೆ ಬಾಣ ಹೂಡಿ ಹಕ್ಕಿಯೊಂದನ್ನು ಹೊಡೆದ. ಉಳಿದ ಹಕ್ಕಿಗಳೆಲ್ಲ ಕಿರುಚುತ್ತ ಗಲಾಟೆ ಮಾಡಲಾರಂಭಿಸಿದವು.

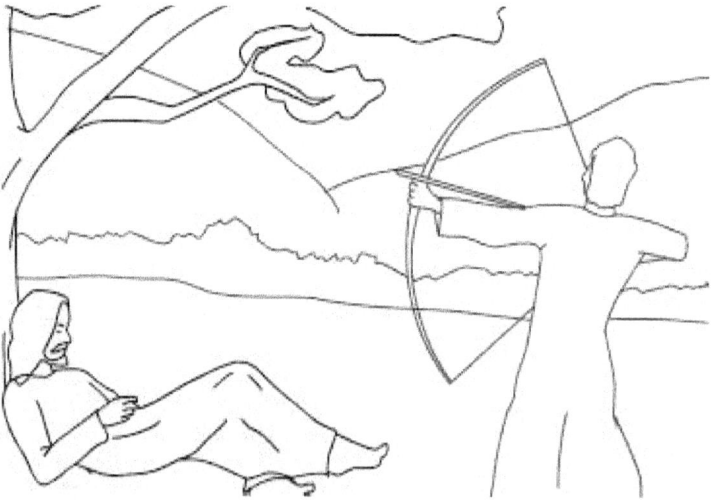

ಧ್ಯಾನದಲ್ಲಿ ಮುಳುಗಿದ್ದ ಸಂತ ಎಚ್ಚೆತ್ತ. ಗಲಾಟೆಗೆ ಕಾರಣವೇನು ಎಂದು ಹಕ್ಕಿಗಳ ನಾಯಕನನ್ನು ಕೇಳಿದ. 'ತನ್ನ ಸಹಚರನ ಕೊಲೆಗೆ ನ್ಯಾಯ ದೊರಕಿಸಿಕೊಡಬೇಕು' ಎಂದು ಹಕ್ಕಿಗಳ ನಾಯಕ ಹೇಳಿತು.

ಸಂತ ತನ್ನ ಶಿಷ್ಯನನ್ನು 'ನಿನ್ನ ಕೃತ್ಯಕ್ಕೆ ಕಾರಣ ಕೊಡು' ಎಂದು ಕೇಳಿದ. ಶಿಷ್ಯ 'ನಾನು ಯಾವುದೇ ತಪ್ಪು ಮಾಡಿಲ್ಲ, ಬೇಟೆ ಶಾಸನಬದ್ಧ' ಎಂದ. ಹಕ್ಕಿಗಳ ನಾಯಕ ಹೇಳಿತು, 'ಸೂಫಿಗಳು ಶಾಂತಿಪ್ರಿಯರು. ಹೀಗಾಗಿ ನೀವು ಬಂದಾಗ ನಾವು ಭಯ ಪಡಲಿಲ್ಲ, ಸಾಮಾನ್ಯ ಜನರಾಗಿದ್ದರೆ ನಾವು ಹಾರಿಹೋಗುತ್ತಿದ್ದೆವು. ನೀನು ನಮ್ಮನ್ನು ವಂಚಿಸಿದೆ'.

ಹಕ್ಕಿಯ ಮಾತು ಸಂತನ ಮನಸ್ಸಿಗೆ ತಾಕಿತು.

ಬೇಟೆ ಕಾನೂನು ಬದ್ಧವಾದರೂ, ಹಕ್ಕಿಗಳ ನಂಬಿಕೆಯನ್ನು ಭಂಗಗೊಳಿಸಿದ್ದು ಸರಿಯಲ್ಲ ಎಂದವನೇ ಶಿಷ್ಯನಿಗೆ ಶಿಕ್ಷೆ ವಿಧಿಸಿದ.

- ನಂಬಿಕೆ ದ್ರೋಹ ಸಲ್ಲದು.
- ದುರ್ಬಲರ ಮೇಲೆ ಹಿಂಸೆ ಕೂಡದು.
- ನಮ್ಮ ನೀಚಕೃತ್ಯಕ್ಕೆ ಕಾನೂನಿನ ಲೋಪದೋಷದ ನೆಪ ಬಳಸಿಕೊಳ್ಳಬಾರದು.

ಸಣ್ಣ ವಿಷಯದ ಮಹತ್ವ

ಸಣ್ಣ ಸಂಗತಿ, ಸಣ್ಣ ಹೆಜ್ಜೆಗಳ ಮೂಲಕ ಬೃಹತ್ ಸಾಧನೆ ಸಾಧ್ಯ.

ವ್ಯಕ್ತಿಯೊಬ್ಬ ಸಮುದ್ರದ ದಂಡೆಯಲ್ಲಿ ನಡೆಯುತ್ತಿದ್ದಾಗ ಇನ್ನೊಬ್ಬ ಆಗಾಗ ಬಗ್ಗುತ್ತ, ಏನನ್ನೋ ಸಮುದ್ರಕ್ಕೆ ಎಸೆಯುತ್ತಿದ್ದುದನ್ನು ಕಂಡ. ಆತ ಏನು ಮಾಡುತ್ತಿದ್ದಾನೆ ಎಂಬ ಕುತೂಹಲ ಎರಡನೆಯವನಲ್ಲಿ ಮೂಡಿತು. ವ್ಯಕ್ತಿ ದಂಡೆಯಲ್ಲಿ ಬಂದು ಬಿದ್ದಿದ್ದ ಮೀನಿನ ಮರಿಗಳನ್ನು ಮತ್ತೆ ಸಮುದ್ರಕ್ಕೆ ಎಸೆಯುತ್ತಿದ್ದ.

ಅಲೆಯೊಂದಿಗೆ ಬಂದ ಅವು ಮತ್ತೆ ಸಮುದ್ರಕ್ಕೆ ಹೋಗಲು ಸಾಧ್ಯವಾಗದೆ ಮರಳಿನಲ್ಲಿ ಬಿದ್ದು ಒದ್ದಾಡುತ್ತಿದ್ದವು.

ಎರಡನೆಯವ ಕೇಳಿದ, 'ಏನು ಮಾಡುತ್ತಿದ್ದೀರಿ?' ಉತ್ತರ ಬಂದಿತು, 'ದಂಡೆಯಲ್ಲಿ ಬಿದ್ದಿರುವ ಮೀನುಗಳನ್ನು ಮತ್ತೆ ನೀರಿಗೆ ಎಸೆಯುತ್ತಿದ್ದೇನೆ'. 'ಅದು ನನಗೂ ಕಾಣಿಸುತ್ತಿದೆ. ದಡದಲ್ಲಿ ಸಾವಿರಾರು ಮೀನುಗಳು ಬಿದ್ದಿವೆ. ಕೆಲವನ್ನು ಎಸೆದ ತಕ್ಷಣ ವ್ಯತ್ಯಾಸವೇನೂ ಆಗದು'.

ಮೀನು ಎಸೆಯುತ್ತಿದ್ದವ ನಗುತ್ತ ಹೇಳಿದ, 'ಈಗ ನಾನು ಎಸೆದ ಮೀನಿದೆಯಲ್ಲ ಅದಕ್ಕೆ ಖಂಡಿತಾ ವ್ಯತ್ಯಾಸ ಆಗುತ್ತದೆ. ಸಾಯುತ್ತಿದ್ದ ಅದು ಬದುಕಿತು. ನನಗೆ ಅಷ್ಟು ಸಾಕು'.

- ನಮ್ಮ ಕ್ರಿಯೆಗಳು ಸಕಾರಾತ್ಮಕವಾಗಿರಬೇಕು.
- ಕ್ರಿಯೆಗಳು ದೊಡ್ಡ ಪರಿಣಾಮ ಬೀರಬೇಕು ಎಂದುಕೊಳ್ಳಬಾರದು.
- ಮಾಡುವ ಕೆಲಸ ಮಾಡಿದವನಿಗೆ ತೃಪ್ತಿ ತರಬೇಕು, ಎಲ್ಲರಿಗೂ ಅಲ್ಲ.

ಅನಗತ್ಯ ಮುದ್ದು

ಅತಿಯಾದ ಪ್ರೀತಿಯಿಂದ ಹಾಳು ನಿಶ್ಚಿತ.

ವ್ಯಕ್ತಿಯೊಬ್ಬನ ಬಳಿ ಒಂದು ನಾಯಿ ಇತ್ತು. ಅವನು ಅದನ್ನು ಅತಿ ಮುದ್ದಿನಿಂದ ಸಾಕಿದ್ದ. ಅದು ಸದಾ ಕಾಲ ಚೆನ್ನಾಟ ಆಡುತ್ತ ಸಾಕಿದವನನ್ನು ರಂಜಿಸುತ್ತಿತ್ತು.

ಒಂದು ದಿನ ಮನೆಯಾತನ ಹಿರಿಯ ಮಿತ್ರರೊಬ್ಬರು ಬಂದರು. ಇಬ್ಬರೂ ಮಾತನ್ನಾಡುತ್ತ ಕುಳಿತರು. ಆಗ ಎಲ್ಲಿಂದಲೋ ಬಂದ ನಾಯಿ, ಮನೆಯಾತನ ತೊಡೆಯೇರಿ ಕುಳಿತು ಆತನ ಕೆನ್ನೆಯನ್ನು ನೆಕ್ಕಿತು. ಇದನ್ನು ಕಂಡ ಮಿತ್ರ 'ಇದು

ಸರಿಯಲ್ಲ' ಎಂದು ಅಸಮಾಧಾನ ಹೊರಹಾಕಿದರು. 'ತಾನು ಅತಿ ಮುದ್ದು ಮಾಡಿ ನಾಯಿಯನ್ನು ಕೆಡಿಸಿದ್ದೇನೆ. ಇದು ಸರಿಯಲ್ಲ' ಎಂದು ಮನೆಯಾತನಿಗೂ ಅನ್ನಿಸಿತು.

ನಾಯಿಯ ಕಾಲಿಗೊಂದು ದೊಣ್ಣೆ ಕಟ್ಟಿ, ನೆಗೆದಾಗಲೆಲ್ಲ ಪೆಟ್ಟು ಬೀಳುವಂತೆ ಮಾಡಿದ. ಒಂದು, ಎರಡು, ಮೂರು, ನಾಲ್ಕು ದಿನ. ಹೊಡೆತ ತಿಂದು ಕಂಗೆಟ್ಟ ನಾಯಿ 5ನೇ ದಿನ ತನ್ನ ಕೆಟ್ಟ ಚಾಳಿ ಬಿಟ್ಟಿತು. ಅದು ಮುಂದೆಂದೂ ಯಜಮಾನನ ಕೆನ್ನೆಯನ್ನು ನೆಕ್ಕಲಿಲ್ಲ.

ನಮ್ಮ ಪೂರೈಸಲಾಗದ ಆಸೆಗಳು ಅತಿ ಮುದ್ದಿನಿಂದ ಕೆಟ್ಟ ನಾಯಿಯಂತೆ. ನಮ್ಮನ್ನು ಸೋಲಿಸಲು ಯತ್ನಿಸುತ್ತಿರುತ್ತವೆ. ನಿಯಂತ್ರಣ ಮತ್ತು ಶಿಕ್ಷೆಯ ಭಯದಿಂದ ಅದನ್ನು ಹಿಮ್ಮೆಟ್ಟಿಸಬೇಕು.

- ಸ್ವಯಂ ನಿಯಂತ್ರಣ ಕಲಿತುಕೊಳ್ಳಿ.
- ಅನಗತ್ಯ ಆಸೆಗಳನ್ನು ಹೊಡೆದೋಡಿಸಿ.
- ಮನಸ್ಸನ್ನು ಗೆದ್ದವ ಜಗವನ್ನು ಗೆಲ್ಲಬಲ್ಲ.
- ಅತ್ಯಾಸೆ ಅನರ್ಥಕ್ಕೆ ಕಾರಣ.

ಒಳಿತು, ಕೆಡುಕು

ಮರೆತುಬಿಡು, ಕ್ಷಮಿಸಿಬಿಡು—ಸೂತ್ರದಿಂದ ಸಂಬಂಧಗಳು ಉಳಿದುಕೊಳ್ಳುತ್ತವೆ.

ಇಬ್ಬರು ಸ್ನೇಹಿತರು ನದಿ ತೀರದಲ್ಲಿ ನಡೆಯುತ್ತಿದ್ದರು. ಯಾವುದೋ ಸಣ್ಣ ವಿಷಯದ ಬಗ್ಗೆ ಭಿನ್ನಾಭಿಪ್ರಾಯ ಬಂದು, ಒಬ್ಬ ಇನ್ನೊಬ್ಬನಿಗೆ ಹೊಡೆದ. ಹೊಡೆಸಿಕೊಂಡವ ಮರಳಿನ ಮೇಲೆ ಬರೆದ 'ಇಂದು ನನ್ನ ಆಪ್ತ ಸ್ನೇಹಿತ ನನಗೆ ಹೊಡೆದ'.

ಸ್ವಲ್ಪ ದೂರ ನಡೆದ ಬಳಿಕ ಇಬ್ಬರಿಗೂ ಸ್ನಾನ ಮಾಡಬೇಕು ಎನ್ನಿಸಿತು. ನೀರಿಗೆ ಇಳಿದಾಗ ಹೊಡೆಸಿಕೊಂಡವ ಕೆಸರಿನಲ್ಲಿ ಸಿಲುಕಿಕೊಂಡ. ಆತನನ್ನು ಮತ್ತೊಬ್ಬ ಹೊರಗೆಳೆದ. ಬಳಿಕ ನೀರಿನಲ್ಲಿ ಮುಳುಗಿದ್ದವ ಕಲ್ಲಿನ ಮೇಲೆ ಬರೆದ, 'ಇಂದು ನನ್ನ ಆಪ್ತ ಸ್ನೇಹಿತ ನನ್ನ ಜೀವ ಉಳಿಸಿದ'.

ಹೊಡೆದವ ಗೆಳೆಯನನ್ನು ಕೇಳಿದ, 'ನಾನು ಕೆನ್ನೆಗೆ ಹೊಡೆದಾಗ ಮರಳಿನ ಮೇಲೆ ಬರೆದೆ. ಜೀವ ಉಳಿಸಿದಾಗ ಕಲ್ಲಿನ ಮೇಲೆ ಕೆತ್ತಿದೆ. ಏನಿದರ ಅರ್ಥ?'

'ವ್ಯಕ್ತಿಯೊಬ್ಬ ನಿನ್ನನ್ನು ನೋಯಿಸಿದಾಗ, ಆ ನೋವು ದೀರ್ಘ ಕಾಲ ಇರುವುದಿಲ್ಲ. ಮರಳಿನ ಮೇಲೆ ಬರೆದ ಬರಹದಂತೆ ಕೆಲ ಕಾಲದ ಬಳಿಕ ಮರೆತು ಹೋಗುತ್ತದೆ. ಆದರೆ, ಒಳಿತು ಮಾಡಿದಾಗ ಅದು ದೀರ್ಘಕಾಲ ಉಳಿಯುತ್ತದೆ, ಕಲ್ಲಿನ ಮೇಲಿನ ಬರಹದಂತೆ. ಅದನ್ನು ಅಳಿಸುವುದು ಕಠಿಣ' ಎಂದಾತ ವಿವರಿಸಿದ.

ಹೊಡೆದವನಿಗೆ ನಾಚಿಕೆಯಾಯಿತು. ಗೆಳೆಯನ ಕ್ಷಮೆ ಕೋರಿದ.

- ಮರೆತು, ಕ್ಷಮಿಸಿ ಜೀವನದಲ್ಲಿ ಮುನ್ನಡೆಯಬೇಕು.
- ಆಗಿದ್ದನ್ನು ನೆನೆಯುತ್ತ ಕೊರಗುತ್ತ ಕೂರುವುದು ಸರಿಯಲ್ಲ.
- ದೈಹಿಕ ನೋವು ಕ್ಷಣಿಕ, ವಾಸಿಯಾಗುತ್ತದೆ.

ಬೆಲೆ ಕಟ್ಟಲಾಗದ ವಜ್ರ

ಆನೆಗೆ ತನ್ನ ಸಾಮರ್ಥ್ಯ ಗೊತ್ತಿರುವುದಿಲ್ಲ.

ವಜ್ರದ ವ್ಯಾಪಾರಿಯೊಬ್ಬ ಸಾವಿಗೆ ಮುನ್ನ ಬೆಲೆಬಾಳುವ ವಜ್ರವೊಂದನ್ನು ಪತ್ನಿಗೆ ನೀಡಿದ. ಆಕೆಗೆ ಅದರ ಬೆಲೆ ಗೊತ್ತಿರಲಿಲ್ಲ. ಕೆಲಕಾಲಾನಂತರ ಹಣದ ಅಗತ್ಯ ವಿದ್ದುದರಿಂದ, ವಜ್ರದ ಮೌಲ್ಯ ತಿಳಿದುಕೊಂಡು ಬಾ ಎಂದು ಮಗನನ್ನು ಪೇಟೆಗೆ ಕಳಿಸಿದಳು.

ಆತ ತರಕಾರಿ ಮಾರುವವನ ಬಳಿ ಹೋದಾಗ, ಒಂದೆರಡು ಕೆಜಿ ಆಲೂಗಡ್ಡೆ ಕೊಡುವುದಾಗಿ ಹೇಳಿದ. ಕಿರಾಣಿ ಅಂಗಡಿಯವ ನೂರು ರೂ. ಕೊಡುತ್ತೇನೆ ಎಂದ. ಅಕ್ಕಸಾಲಿಗ 2,000ರೂ. ಕೊಡುವುದಾಗಿ ಹೇಳಿದ. ವಜ್ರದ ವ್ಯಾಪಾರಿ ಕಟ್ಟಿದ ಮೌಲ್ಯ ಹತ್ತು ಸಾವಿರ ರೂ.

ಬಳಿಕ ಆ ಬಾಲಕ ವಜ್ರದ ಮೌಲ್ಯಮಾಪನ ಮಾಡುವ ತಜ್ಞನನ್ನು ಕಂಡು, 'ಇದರ ಬೆಲೆ ಎಷ್ಟಾಗಬಹುದು?' ಎಂದು ಕೇಳಿದ. ಆತ ಹೇಳಿದ ಉತ್ತರದಿಂದ ಬಾಲಕ ದಂಗಾದ. 'ಹಲವು ಕೋಟಿ ಆಗಬಹುದು. ಅದರ ಮೌಲ್ಯ ಕಟ್ಟುವುದು ಕಷ್ಟದ ಕೆಲಸ'.

ಆ ವಜ್ರದಂತೆ ಮನುಷ್ಯರ ಬದುಕು ಕೂಡಾ ಬೆಲೆ ಕಟ್ಟಲಾಗದಂತದ್ದು. ಬದುಕನ್ನು ಹೇಗೆ ಬಾಳುತ್ತೇವೆ, ನಡೆಸುತ್ತೇವೆ ಎಂಬುದರ ಮೇಲೆ ಬದುಕಿನ ಬೆಲೆ ನಿರ್ಧರಿತವಾಗಲಿದೆ. ಬಹುತೇಕರು ತಮ್ಮ ಬದುಕನ್ನು ವ್ಯರ್ಥಗೊಳಿಸುತ್ತಾರೆ. ಅತ್ಯುತ್ತಮ ಎನ್ನಬಹುದಾದ ಉದ್ದೇಶಕ್ಕಾಗಿ ಅದನ್ನು ಬಳಸಬೇಕು. ಅದಕ್ಕೇ ದಾಸರು ಹೇಳಿರುವುದು, 'ನರಜನ್ಮ ಶ್ರೇಷ್ಠ, ಅದನು ಹಾಳು ಮಾಡಬೇಡಿರೋ ಹುಚ್ಚಪ್ಪಗಳಿರಾ' ಎಂದು.

- ವಸ್ತುವಿನ ಬೆಲೆಯು ನಿರ್ಧರಿಸುವವನನ್ನು ಆಧರಿಸಿರುತ್ತದೆ.
- ಪ್ರಪಂಚ ಜ್ಞಾನ ಹೊಂದಿದ್ದರೆ, ಮೋಸಹೋಗುವುದು ತಪ್ಪುತ್ತದೆ.
- ಕಳೆದು ಹೋದ ಸಮಯ ಮತ್ತೆ ಬರುವುದಿಲ್ಲ.

ಅಸ್ತಿತ್ವದ ಇರುವು

ಜೀವನವನ್ನು ಉತ್ತಮವಾಗಿ ಜೀವಿಸಬೇಕು. ನಮಗೆ ಸಿಗಬೇಕಾದ್ದು ಸಿಕ್ಕೇ ಸಿಗುತ್ತದೆ.

ಜುನೈದ್ ಎಂಬ ಸೂಫಿ ಹಂತ, ಊಟಕ್ಕೆ ಮುನ್ನ ದೇವರನ್ನು ಪ್ರಾರ್ಥಿಸುತ್ತಿದ್ದ. ತನ್ನ ಮೇಲೆ ತೋರಿದ ಕರುಣೆ, ಪ್ರೀತಿಗಾಗಿ ವಂದಿಸುತ್ತಿದ್ದ.

ಹೀಗೊಂದು ದಿನ ಜುನೈದ್ ಮತ್ತವನ ಶಿಷ್ಯರು ಮರುಳುಗಾಡಿನಲ್ಲಿ ಸಿಕ್ಕಿಬಿದ್ದರು. ಮೂರು ದಿನ ಆಹಾರ, ನೀರು, ನೆರಳು ಸಿಗಲಿಲ್ಲ. ದಾರಿಯಲ್ಲಿ ಸಿಕ್ಕ

ಹಳ್ಳಿಗಳವರು ಯಾವುದೇ ನೆರವು ನೀಡಲಿಲ್ಲ. ಆತನ ಉಪದೇಶ ಚೆನ್ನಾಗಿಲ್ಲ ಎಂಬುದು ಹಳ್ಳಿಗರ ಭಾವನೆಯಾಗಿತ್ತು. ಆತನು ಶಿಷ್ಯರು ಈಗೇನು ಪ್ರಾರ್ಥನೆ ಮಾಡುತ್ತಾನೋ ನೋಡೋಣ ಎಂದು ಗೊಣಗಲಾರಂಭಿಸಿದರು.

ಪ್ರಾರ್ಥನೆಯ ಸಮಯ ಬಂದಿತು. ಜುನ್ನೈದ್ 'ದೇವರು ತನ್ನ ಮೇಲಿಟ್ಟಿರುವ ಪ್ರೀತಿಗೆ, ನೀರು, ನೆರಳು ನೀಡಿದ್ದಕ್ಕೆ' ಕೃತಜ್ಞತೆ ಸಲ್ಲಿಸಿ ಪ್ರಾರ್ಥನೆ ಮುಗಿಸಿದ. ಇದನ್ನು ಕೇಳಿ ಸಿಟ್ಟಿಗೆದ್ದ ಶಿಷ್ಯನೊಬ್ಬ ಹೇಳಿದ, 'ಇದನ್ನು ಸಹಿಸಲು ಸಾಧ್ಯವೇ ಇಲ್ಲ. ಮೂರು ದಿನದಿಂದ ಹಸಿವು-ಬಾಯಾರಿಕೆಯಿಂದ ಬಳಲಿ, ಸಾಯುವಂತಾಗಿದ್ದೇವೆ. ನಿದ್ರೆ ಕೂಡಾ ಮಾಡಿಲ್ಲ. ಸುಸ್ತಾಗಿದ್ದೇವೆ. ಆದರೆ, ನೀವು ದೇವರಿಗೆ ಕೃತಜ್ಞತೆ ಸಲ್ಲಿಸುತ್ತಿದ್ದೀರಿ. ಕರುಣಾಳು ಎಂದು ಹೊಗಳುತ್ತಿದ್ದೀರಿ'

ಅದಕ್ಕೆ ಜುನ್ನೈದ್ ಹೇಳಿದ, 'ನನ್ನ ಪ್ರಾರ್ಥನೆ ಶರತ್ತಿಲ್ಲದೆ ಮಾಡುವಂತದ್ದು. ಊಟ ಸಿಗಲಿಲ್ಲ ಎಂದು ನಾನು ದೇವರನ್ನು ಹಳಿಯುವುದಿಲ್ಲ. ನಾನು ಸತ್ತರೂ, ಅದು ಮುಖ್ಯವಾಗುವುದಿಲ್ಲ. ಪರಿಸ್ಥಿತಿ ಏನೇ ಇರಲಿ, ಪ್ರಾರ್ಥನೆ ನಿಲ್ಲಿಸುವುದಿಲ್ಲ. ಈ ವಿಶಾಲ ವಿಶ್ವ ಜುನ್ನೈದ್ ಇದ್ದಾನೋ, ಇಲ್ಲವೋ ಎಂಬ ಬಗ್ಗೆ ತಲೆಕೆಡಿಸಿಕೊಳ್ಳು ವುದೇ?'

ನಾವೆಲ್ಲ ಬದುಕನ್ನು ಬಂದಂತೆ ಸ್ವೀಕರಿಸಬೇಕು. ನಮ್ಮೆಲ್ಲ ಆಸೆ ಈಡೇರುವು ದಿಲ್ಲ, ಅಂದುಕೊಂಡಂತೆ ಆಗುವುದಿಲ್ಲ. ಬಂದಂತೆ ಸ್ವೀಕರಿಸುವುದರಿಂದ ತೃಪ್ತಿ-ಸಂತೋಷ ಸಿಗುತ್ತದೆ. ಅದೇ ಧಾರ್ಮಿಕ ಮನುಷ್ಯನಿಗೆ 'ಪ್ರಾರ್ಥನೆ'.

- ಪ್ರಾರ್ಥನೆ ದೂರು ಹೇಳುವ ಕ್ರಿಯೆಯಲ್ಲ. ಬದಲಿಗೆ ಧನ್ಯವಾದ ಹೇಳುವ ಕ್ರಿಯೆ.
- ಸಣ್ಣ ಸಣ್ಣ ಸಮಸ್ಯೆಗಳಿಗಾಗಿ ದೇವರನ್ನು ಬೈಯುವುದು ಧಾರ್ಮಿಕ ವ್ಯಕ್ತಿಯ ನಡವಳಿಕೆಯಲ್ಲ.

ಸತ್ಯದ ಮೌಲ್ಯ

ಸತ್ಯದಿಂದ ಮನಃಪರಿವರ್ತನೆ ಸಾಧ್ಯವಿದೆ.

ಸಾವಿರ ವರ್ಷಗಳ ಹಿಂದೆ ಇರಾನ್‍ನಲ್ಲಿ ಅಬ್ದುಲ್ ಖಾದಿರ್ ಎಂಬ ಬಾಲಕನಿದ್ದ. ಉನ್ನತ ಶಿಕ್ಷಣ ಆತನ ಕನಸಾಗಿತ್ತು. ತನ್ನ ತಾಯಿಗೆ 'ಬಾಗ್ದಾದ್‍ಗೆ ಹೋಗಿ ವ್ಯಾಸಂಗ ಮಾಡುತ್ತೇನೆ. ಹೋಗಲು ಅನುಮತಿ ಕೊಡಬೇಕು' ಎಂದು ಕೇಳಿಕೊಂಡ.

ತಾಯಿ ದಾರಿ ಖರ್ಚಿಗೆಂದು ಆತನ ಬಟ್ಟೆಯಲ್ಲಿ 40 ಚಿನ್ನದ ನಾಣ್ಯಗಳನ್ನು ಹೊಲಿದು, ಪ್ರಯಾಣದ ವೇಳೆ ಬಳಸಬೇಕೆಂದು ಹೇಳಿದಳು. 'ದೇವರ ಸೇವೆ

ಗೆಂದು ಹೋಗುತ್ತಿರುವ ನಿನ್ನನ್ನು ತಡೆಯುವುದಿಲ್ಲ. ಆದರೆ, ಒಂದು ಮಾತು ನೆನಪಿನಲ್ಲಿ ಇಟ್ಟುಕೋ. ಯಾವಾಗಲೂ ಸತ್ಯವನ್ನೇ ಹೇಳು, ಸತ್ಯವನ್ನೇ ಪ್ರಚಾರ ಮಾಡು. ಇದಕ್ಕಾಗಿ ಜೀವ ತೆತ್ತರೂ ಪರವಾಗಿಲ್ಲ'.

'ನಿನ್ನ ಮಾತನ್ನು ಪಾಲಿಸುವೆ' ಎಂದ ಖಾದಿರ್, ಬಾಗ್ದಾದ್‌ಗೆ ಹೊರಟ. ಮಾರ್ಗ ಮಧ್ಯೆ ಅವನನ್ನು ತಡೆದ ದರೋಡೆಕೋರರು, 'ನಿನ್ನ ಬಳಿ ಏನಿದೆಯೋ ಅದನ್ನೆಲ್ಲ ಕೊಡು' ಎಂದರು. 'ನನ್ನ ಬಳಿ 40 ಚಿನ್ನದ ನಾಣ್ಯ ಇದೆ' ಎಂದು ಖಾದಿರ್ ಹೇಳಿದ.

'ಮುಚ್ಚಿಕೊಂಡಿದ್ದ, ನಮ್ಮ ಕಣ್ಣಿಗೆ ಕಾಣಿಸದ್ದನ್ನು ಹೇಳುವ ಅಗತ್ಯವೇನಿತ್ತು?' ಎಂದು ದರೋಡೆಕೋರರ ತಂಡದ ನಾಯಕ ಕೇಳಿದ. ಖಾದರ್ ಉತ್ತರಿಸಿದ, 'ಜೀವ ಹೋದರೂ ಪರವಾಗಿಲ್ಲ, ಸತ್ಯವನ್ನೇ ಹೇಳುತ್ತೇನೆ ಎಂದು ತಾಯಿಗೆ ಭಾಷೆ ಕೊಟ್ಟಿದ್ದೇನೆ. ಕೊಟ್ಟ ಮಾತು ತಪ್ಪಲಾರೆ. ಹೀಗಾಗಿ ಸತ್ಯವನ್ನೇ ಹೇಳಿದ್ದೇನೆ' ಎಂದ. ದರೋಡೆಕೋರರಿಗೆ ನಾಚಿಕೆಯಾಯಿತು. ತಮ್ಮ ಹೀನಕೃತ್ಯಗಳಿಗೆ ಪಶ್ಚಾತ್ತಾಪ ಪಟ್ಟರು.

ಖಾದಿರ್ ಬಹು ದೊಡ್ಡ ಸಾಮಾಜಿಕ ಪರಿವರ್ತನಕಾರನಾದ. ಶೇಖ್ ಅಬ್ದುಲ್ ಖಾದಿರ್ ನಿಲಾನಿ ಎಂಬ ಹೆಸರಿನಲ್ಲಿ ಪ್ರಸಿದ್ಧನಾದ.

- **ಪ್ರಾಮಾಣಿಕತೆ ಅತ್ಯುತ್ತಮ ನೀತಿ.**
- **ಒಂದು ಸುಳ್ಳನ್ನು ಮರೆಮಾಚಲು ಇಪ್ಪತ್ತು ಸುಳ್ಳು ಹೇಳಬೇಕಾಗುತ್ತದೆ.**
- **ಸತ್ಯವೆಂಬುದು ಬದಲಾಗದ ಮೌಲ್ಯ. ಶಾಶ್ವತವಾದದ್ದು.**

ಅತ್ಯುತ್ತಮ ಅಧ್ಯಕ್ಷ

ಉದಾತ್ತ ಜೀವನವೊಂದು ಜನರಿಗೆ ನಿರಂತರವಾಗಿ ಸ್ಫೂರ್ತಿ ನೀಡುತ್ತಿರುತ್ತದೆ.

ಅಮೆರಿಕದಲ್ಲಿ ಆಂತರಿಕ ಯುದ್ಧ ನಡೆಯುತ್ತಿತ್ತು. ಅಧ್ಯಕ್ಷ ಅಬ್ರಹಾಂ ಲಿಂಕನ್, ಗಾಯಗೊಂಡ ಸೈನಿಕರಿಗೆ ಸ್ಫೂರ್ತಿ ತುಂಬಲು ಆಸ್ಪತ್ರೆಗಳಿಗೆ ಹೋಗುತ್ತಿದ್ದರು. ಇಂಥ ಸಂದರ್ಭದಲ್ಲಿ ಒಮ್ಮೆ ಅವರು ಸಾವಿನ ಹಂತದಲ್ಲಿದ್ದ ಸೈನಿಕನನ್ನು ಕಂಡರು, 'ನಿನಗೆ ನನ್ನಿಂದ ಏನಾದರೂ ಸಹಾಯ ಬೇಕಿತ್ತೆ?' ಎಂದು ಕೇಳಿದರು. ಸೈನಿಕನಿಗೆ

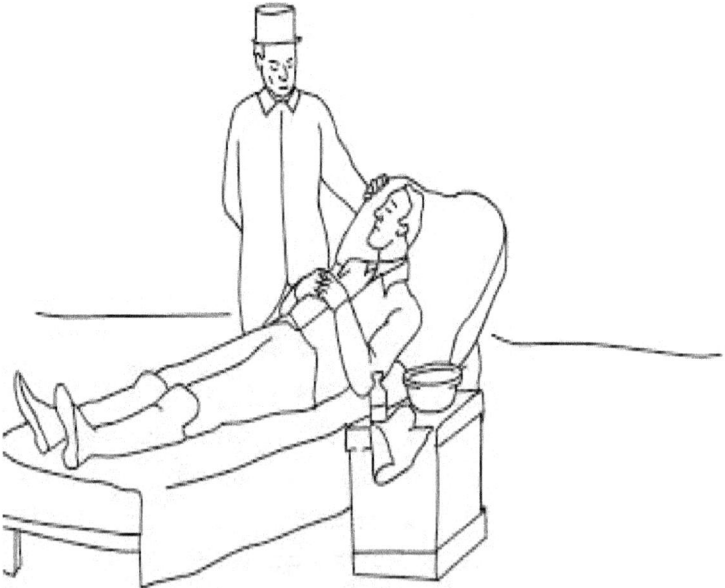

ತನ್ನನ್ನು ಭೇಟಿಯಾದವರು ಯಾರು ಎಂಬುದು ಗೊತ್ತಿರಲಿಲ್ಲ. ಆತ ಕೇಳಿದ, 'ನನ್ನ ತಾಯಿಗೆ ಒಂದು ಪತ್ರ ಬರೆದು ಕೊಡುವಿರಾ?'.

ಸೈನಿಕ ಹೇಳಿದ, 'ಅಮ್ಮ, ನನಗೆ ಮಾರಣಾಂತಿಕವಾಗಿ ಪೆಟ್ಟಾಗಿದೆ. ದೇಶಕ್ಕಾಗಿ ಹೋರಾಡುತ್ತಿದ್ದಾಗ ಆದ ಗಾಯವಿದು. ನಾನು ಯಾವುದೇ ಕ್ಷಣದಲ್ಲಿ ಸಾಯಬಹುದು. ನನಗಾಗಿ ಅಳಬೇಡ. ದೇವರು ನಿನಗೆ ಒಳಿತು ಮಾಡಲಿ'. ಬರೆದುಕೊಂಡ ಲಿಂಕನ್ ಕೊನೆಯಲ್ಲಿ ಸೇರಿಸಿದರು, 'ನಿಮ್ಮ ಮಗನಿಗಾಗಿ ಈ ಪತ್ರ ಬರೆದವರು ಅಬ್ರಹಾಂ ಲಿಂಕನ್'. ಪತ್ರವನ್ನು ಓದಿ ನೋಡಿದ ಸೈನಿಕನ ಸಂತಸಕ್ಕೆ ಪಾರವೇ ಇರಲಿಲ್ಲ. ತನ್ನನ್ನು ಕಾಣಲು ಬಂದವರು ದೇಶದ ಅಧ್ಯಕ್ಷ ಎಂದು ಆಗ ಗೊತ್ತಾಯಿತು. ಬಳಿಕ ಲಿಂಕನ್ ಮತ್ತೆ ಕೇಳಿದರು, 'ನಾನು ನಿನಗಾಗಿ ಮತ್ತೇನು ಮಾಡಬಹುದು?' ಯುವ ಸೈನಿಕ ಹೇಳಿದ, 'ನನ್ನ ಕೈ ಹಿಡಿದುಕೊಳ್ಳಿ. ನಾನು ಶಾಂತಿಯಿಂದ ಸಾಯುತ್ತೇನೆ'.

ಲಿಂಕನ್ ಆತನ ಕೈ ಹಿಡಿದುಕೊಂಡ ಕೆಲ ಸಮಯದ ಬಳಿಕ ಸೈನಿಕ ಮೃತಪಟ್ಟ.

- ಸಂಕಷ್ಟದ ಸಮಯದಲ್ಲಿ ತಂಡವನ್ನು ಬೆಂಬಲಿಸು.
- ಪ್ರೀತಿ—ಕರುಣೆ ತುಂಬಿದ ಸಣ್ಣ ಕೆಲಸಗಳು ಹಿರಿದಾದ ಪರಿಣಾಮ ಬೀರುತ್ತವೆ.
- ಪ್ರತಿಯೊಬ್ಬನ ಒಳ್ಳೆಯ ಕೆಲಸವನ್ನೂ ಗೌರವಿಸು.

ಸಕಾರಾತ್ಮಕ ನಿಲುವು

ಸಾಲವೆಂಬುದು ಕೆಟ್ಟ ಕನಸು.

ಆ ವ್ಯಕ್ತಿ ಮೂಗಿನ ತನಕ ಸಾಲ ಮಾಡಿದ್ದ. ಆ ಚಿಂತೆಯಲ್ಲಿ ರಾತ್ರಿ ಸರಿಯಾಗಿ ನಿದ್ರೆಯನ್ನೂ ಮಾಡುತ್ತಿರಲಿಲ್ಲ. ತೀವ್ರ ಮಾನಸಿಕ ಒತ್ತಡಕ್ಕೆ ಬಲಿಯಾದ ಆತ, ಜೀವ ತೆಗೆದುಕೊಳ್ಳಲು ನಿರ್ಧರಿಸಿದ. ತನ್ನ ನಿರ್ಧಾರದ ಕುರಿತು ಆಪ್ತಮಿತ್ರನ ಬಳಿ ಮನಬಿಚ್ಚಿ ಮಾತನ್ನಾಡಿದ.

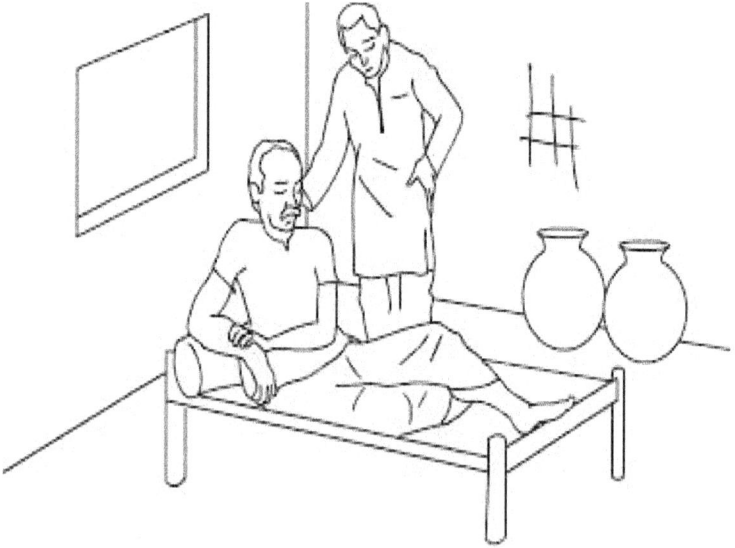

ಸ್ನೇಹಿತ ಹೇಳಿದ, 'ಸರಿ. ಸಾಯುವುದೇ ಉಳಿದ ಏಕೈಕ ದಾರಿ ಎನ್ನುವುದಾದರೆ ಹಾಗೆಯೇ ಮಾಡೋಣ. ಅದಕ್ಕಿಂತ ಮುನ್ನ ನಿನ್ನ ಬಳಿ ಏನೇನು ಉಳಿದಿದೆ ಎಂದು ಹೇಳು ನೋಡೋಣ'.

ಸಾಲದ ಹೊರತಾಗಿಯೂ ತನ್ನ ಬಳಿ ಮನೆ, ಭೂಮಿ, ಉಗ್ರಾಣದಲ್ಲಿ ಧಾನ್ಯ, ಕೊಟ್ಟಿಗೆಯಲ್ಲಿ ರಾಸು, ಅಸಂಖ್ಯ ಸ್ನೇಹಿತರು, ಹಿತಚಿಂತಕರು ಇರುವುದು ವ್ಯಕ್ತಿಗೆ ಗೊತ್ತಾಯಿತು. ಬಳಿಕ ಆತ ಸಾಲದ ಬಗ್ಗೆ ಹೆಚ್ಚು ತಲೆಕೆಡಿಸಿಕೊಳ್ಳಲಿಲ್ಲ. ಅದನ್ನು ತೀರಿಸಲು ತನ್ನ ಬಳಿ ಸಂಪನ್ಮೂಲವಿದೆ ಎಂಬುದು ಆತನಿಗೆ ಖಾತ್ರಿಯಾಯಿತು. ಚಿಂತೆ ಕಳೆದುಕೊಂಡು, ಸಂತಸಭರಿತನಾದ. ಸ್ನೇಹಿತನ ಸಕಾರಾತ್ಮಕ ಚಿಂತನೆ ಅವನ ಬದುಕನ್ನೇ ಬದಲಿಸಿತು.

- ಉಳಿತಾಯ ಮಾಡುವುದನ್ನು ಬೆಳೆಸಿಕೊಳ್ಳಿ. ಖರ್ಚು ಯಾರು ಬೇಕಾದರೂ ಮಾಡುತ್ತಾರೆ.
- ವ್ಯಕ್ತಿ ತನ್ನ ಆದಾಯಕ್ಕೆ ಅನುಗುಣವಾಗಿ ಖರ್ಚು ಮಾಡಬೇಕು.
- ಇರುವೆಗಳು ಕೂಡಾ ಮಳೆಗಾಲಕ್ಕೆ ಮುನ್ನ ಧಾನ್ಯ ಶೇಖರಿಸಿಡುತ್ತವೆ. ಮನುಷ್ಯ ಅವಕ್ಕಿಂತ ಕಡೆ ಆಗಬಾರದು.

ಪ್ರೋತ್ಸಾಹದಿಂದ ಯಶಸ್ಸು

ಬಾಗಿಲುಗಳೆಲ್ಲ ಮುಚ್ಚಿವೆ ಎಂದು ಹತಾಶರಾಗಬಾರದು. ಪ್ರಯತ್ನಿಸಿದಲ್ಲಿ ಕಿಟಕಿಯೊಂದು ತೆರೆದಿರುತ್ತದೆ.

ಪ್ರೋತ್ಸಾಹದ ಒಂದು ಪದ ಬದುಕನ್ನೇ ಬದಲಿಸಬಲ್ಲದು. ಇದಕ್ಕೊಂದು ಉದಾಹರಣೆ–ಅಮೆರಿಕದ ಖ್ಯಾತ ಸಾಹಿತಿ ನಾಥಾನೀಲ್ ಹಾಥಾರ್ನ್. ಕೆಲಸ ಕಳೆದುಕೊಂಡ ಹಾಥಾರ್ನ್, ಹೆಂಡತಿಗೆ ಈ ವಿಷಯ ಹೇಗೆ ಹೇಳುವುದು ಎಂದು

ಅಳುಕುತ್ತಲೇ ವಿಷಯ ತಿಳಿಸುತ್ತಾನೆ. ಆದರೆ, ವಿಷಯ ತಿಳಿದ ಆಕೆ ಸಂತೋಷ ದಿಂದ ಹೇಳಿದಳು, 'ಈಗ ನೀನು ಪುಸ್ತಕ ಬರೆಯಬಹುದು'. ಆತ ಕೇಳಿದ, 'ಸರಿ. ನಾನು ಪುಸ್ತಕ ಬರೆಯುತ್ತಿರುವಾಗ, ಜೀವನ ಸಾಗಿಸುವುದು ಹೇಗೆ?' ಆಗ ಆಕೆ ಕೂಡಿಟ್ಟಿದ್ದ ಸ್ವಲ್ಪ ದೊಡ್ಡದೇ ಎನ್ನಬಹುದಾದಷ್ಟು ಮೊತ್ತದ ಹಣ ತಂದು ತೋರಿಸಿದಳು. ಹಾಥಾರ್ನ್ ಆಶ್ಚರ್ಯದಿಂದ ಕೇಳಿದ, 'ಈ ಹಣ ಎಲ್ಲಿಂದ ಬಂತು?'

'ನೀನು ಪ್ರತಿಭಾವಂತ ಎಂದು ನನಗೆ ಗೊತ್ತಿತ್ತು. ಮನೆ ಖರ್ಚಿಗೆಂದು ಕೊಡುತ್ತಿದ್ದ ಹಣದಲ್ಲಿ ಸ್ವಲ್ಪ ಪಾಲನ್ನು ಉಳಿಸುತ್ತ ಬಂದೆ. ಅದೀಗ ದೊಡ್ಡ ಮೊತ್ತವಾಗಿದೆ. ಈ ಹಣದಲ್ಲಿ ಒಂದು ವರ್ಷ ಆರಾಮವಾಗಿ ಜೀವನ ಮಾಡ ಬಹುದು' ಎಂದಳಾಕೆ.

ಆಕೆಯ ಪ್ರೋತ್ಸಾಹ, ಗಂಡನ ಶಕ್ತಿ ಬಗ್ಗೆ ಇದ್ದ ಆತ್ಮವಿಶ್ವಾಸದಿಂದ ಹಾಥಾರ್ನ್ ಯಶ ಗಳಿಸಿದ.

- **ವ್ಯಕ್ತಿಯ ಕ್ರಿಯಾಶೀಲತೆಯನ್ನು ದೀರ್ಘಕಾಲ ಹತ್ತಿಕ್ಕಲು ಸಾಧ್ಯವಿಲ್ಲ.**
- **ಕಳೆದುಹೋದ ಒಂದು ಅವಕಾಶಕ್ಕಾಗಿ ಅಳುತ್ತ ಕೂರುವುದು ಸಲ್ಲದು.**
- **ಅತ್ಯುತ್ತಮವಾದದ್ದು ಇನ್ನೂ ಬರಬೇಕಿದೆ ಎಂದುಕೊಂಡು ನಿರಂತರ ಪ್ರಯತ್ನಶೀಲರಾಗಬೇಕು.**

ವಿಚಿತ್ರ ಪ್ರಶ್ನೆ, ಸರಿಯುತ್ತರ

ಸಮಸ್ಯೆ ಭಿನ್ನವಾಗಿದ್ದಂತೆ ಉತ್ತರವೂ ಭಿನ್ನವಾಗಿರುತ್ತದೆ.

ರಾಜ ತನ್ನ ಮಂತ್ರಿಗೆ 3 ಪ್ರಶ್ನೆ ಕೇಳಿ, ಉತ್ತರ ನೀಡಬೇಕೆಂದು ಹೇಳಿದ.

(1) ನೀನು ಇಲ್ಲಿ ಕೊಡುವ ಯಾವುದಕ್ಕೆ ಇಲ್ಲಿಯೇ ಬಹುಮಾನ ಸಿಗುತ್ತದೆ?

(2) ನೀನು ಇಲ್ಲಿ ಕೊಡುವ ಯಾವುದಕ್ಕೆ 'ಅಲ್ಲಿ' ಬಹುಮಾನ ಸಿಗುತ್ತದೆ?

(3) ನೀನು ಇಲ್ಲಿ ಕೊಡುವ ಯಾವುದಕ್ಕೆ 'ಇಲ್ಲಿ' ಅಲ್ಲಿ ಎರಡೂ ಕಡೆ ಬಹುಮಾನ ಸಿಗುವುದಿಲ್ಲ?

ಮಂತ್ರಿ ಜಾಣ. ಆತ ಹೇಳಿದ, 'ಮಹಾರಾಜ, ನನಗೆ 30,000ರೂ. ಕೊಡಿ. ಒಂದು ವಾರದಲ್ಲಿ ಉತ್ತರ ಹೇಳುತ್ತೇನೆ'. ದೊರೆ ಹಣ ಕೊಟ್ಟ.

ಒಂದು ವಾರದ ಬಳಿಕ ಬಂದ ಮಂತ್ರಿ ವಿವರಿಸಿದ. 'ನೀವು ಕೊಟ್ಟ ಹಣದಲ್ಲಿ 10,000 ರೂ. ಬ್ಯಾಂಕ್‌ನಲ್ಲಿ ನಿಮ್ಮ ಹೆಸರಿನಲ್ಲಿ ಇಟ್ಟೆ. ನಿಮಗೆ ಬೇಕಾದಾಗ ನಿಮ್ಮ ಹಣ ಬಡ್ಡಿ ಜತೆಗೆ ಬರುತ್ತದೆ. ಇದು ಮೊದಲ ಪ್ರಶ್ನೆಗೆ ಉತ್ತರ. ಉಳಿದ ಹಣದಲ್ಲಿ 10,000ರೂ. ವೆಚ್ಚ ಮಾಡಿ, ಆಹಾರ ಖರೀದಿಸಿ ವಾರವಿಡೀ ಬಡಜನರಿಗೆ ಊಟ ಹಾಕಿದೆ. ಇದಕ್ಕೆ ಮುಂದಿನ ಜನ್ಮದಲ್ಲಿ ನಿಮಗೆ ಬಹುಮಾನ ಸಿಗುತ್ತದೆ. ಇದು 2ನೇ ಪ್ರಶ್ನೆಗೆ ಉತ್ತರ. ಉಳಿದ ಹತ್ತು ಸಾವಿರವನ್ನು ಮೋಜು, ಮಸ್ತಿ, ಜೂಜಿನಲ್ಲಿ ಕಳೆದೆ. ಈ ಹಣಕ್ಕೆ 'ಇಲ್ಲಿ' 'ಅಲ್ಲಿ' ಎರಡೂ ಕಡೆ ಏನೂ ಸಿಗುವುದಿಲ್ಲ. ಇದು ಮೂರನೇ ಪ್ರಶ್ನೆಗೆ ಉತ್ತರ' ಎಂದ.

ಉತ್ತರದಿಂದ ದೊರೆ ತೃಪ್ತನಾದ. ಮಂತ್ರಿಗೆ ಬಹುಮಾನ ನೀಡಿದ.

- ಹಣ ವೆಚ್ಚ ಮಾಡಲು ಹಲವು ದಾರಿಗಳಿವೆ.
- ಹಣವನ್ನು ಭವಿಷ್ಯಕ್ಕಾಗಿ ಉಳಿಸಬೇಕು.
- ಸ್ವಲ್ಪ ಮೊತ್ತವನ್ನು ದಾನ–ಧರ್ಮ ಮಾಡಬೇಕು.
- ಮಜಾ ಮಾಡಲು ಬಳಸಿದ ಹಣ ವ್ಯರ್ಥ, ಅನುಪಯುಕ್ತ.

ಸೇವಕ ಬೇತಾಳ

ಕೆಲಸದಲ್ಲಿ ತೊಡಗಿರುವವನ ಮನಸ್ಸಿನಲ್ಲಿ ನಕಾರಾತ್ಮಕ ಭಾವನೆ ಉದ್ಭವಿಸದು.

ಒಂದೂರಿನಲ್ಲಿ ಒಬ್ಬ ರೈತ. ಆತನಿಗೆ ಬೆಳಗಿನಿಂದ ರಾತ್ರಿವರೆಗೆ ಎಷ್ಟು ಮಾಡಿ ದರೂ ಮುಗಿಯದಷ್ಟು ಕೆಲಸ ಇರುತ್ತಿತ್ತು. ರಾತ್ರಿ ಹೊತ್ತಿಗೆ ಆತ ಹೈರಾಣಾಗಿ ಬಿಡುತ್ತಿದ್ದ.

ಆತ ಶಿವನ ಭಕ್ತ. ಒಂದು ದಿನ ಶಿವನನ್ನು ಪ್ರಾರ್ಥಿಸಿದ. ಪ್ರತ್ಯಕ್ಷನಾದ ಶಿವನ ಬಳಿ ತನ್ನ ಸಮಸ್ಯೆ ಹೇಳಿಕೊಂಡು, 'ದೇವಾ, ನಾನು ಹೇಳಿದ್ದನ್ನೆಲ್ಲ ಮಾಡುವ

ಸೇವಕನನ್ನು ಕರುಣಿಸು. ಕೆಲಸ ಮಾಡಿ ಮಾಡಿ ದಣಿದಿದ್ದೇನೆ'. ಶಿವ ಆತನ ಕೋರಿಕೆ ಮನ್ನಿಸಿದ. ಜತೆಗೆ ಒಂದು ಶರತ್ತು ವಿಧಿಸಿದ. ಅದೆಂದರೆ, ಬೇತಾಳನಿಗೆ ದಿನವಿಡೀ ಕೆಲಸ ಕೊಡಬೇಕು. ಇಲ್ಲವಾದರೆ, ಆತ ನಿನ್ನನ್ನೇ ತಿನ್ನುತ್ತಾನೆ. ಬೇತಾಳ ಹೇಳಿದ್ದೆಲ್ಲವನ್ನೂ ಮಾಡುತ್ತಿದ್ದ. ಕೆಲವೇ ದಿನಗಳಲ್ಲಿ ಅಳಿದುಳಿದ ಕೆಲಸವೆಲ್ಲ ಮುಗಿಯಿತು. ಕೆಲಸವಿಲ್ಲದಿದ್ದರೆ ನಿನ್ನನ್ನೇ ಕೊಲ್ಲುತ್ತಾನೆ ಎಂಬ ಮಾತು ಕಿವಿಯಲ್ಲಿ ಕೂಗಿತು. ತಕ್ಷಣ ಉಪಾಯವೊಂದು ಹೊಳೆಯಿತು. ಮನೆ ಮುಂದೆ ಎತ್ತರದ ಕಂಬವೊಂದನ್ನು ನಿರ್ಮಿಸಲು ಹೇಳಿದ. ಕೆಲವೇ ಕ್ಷಣಗಳಲ್ಲಿ ಕಂಬ ಸಿದ್ಧಗೊಂಡಿತು. 'ಕಂಬವನ್ನು ತುದಿಯವರೆಗೆ ಹತ್ತಿ, ಕೆಳಗಿಳಿಯಬೇಕು. ನಾನು ನಿಲ್ಲಿಸು ಎನ್ನುವವರೆಗೆ ಮಾಡುತ್ತಲೇ ಇರಬೇಕು' ಎಂದು ಬೇತಾಳಕ್ಕೆ ಹೇಳಿದ. ಕೆಲಸ ಹುಡುಕುವ, ಸಾಯುವ ಭೀತಿ ಎರಡೂ ಇಲ್ಲವಾಯಿತು.

ನಮ್ಮ ಮನಸ್ಸು ಕೂಡಾ ಬೇತಾಳದಂತೆ. ಅದಕ್ಕೆ ಸದಾಕಾಲ ಕೆಲಸ ಕೊಟ್ಟಿರಬೇಕು. ಇಲ್ಲವಾದರೆ, ಹಾಳು ಯೋಚನೆಯಲ್ಲಿ ತೊಡಗುತ್ತದೆ.

- ಕೆಲಸದಲ್ಲಿ ತೊಡಗಿಕೊಂಡಿರುವವನಿಗೆ ಬೇರೆ ಆಲೋಚನೆ ಬರುವುದು ಕಡಿಮೆ.
- ಕೆಟ್ಟ ಆಲೋಚನೆಗಳು ಕೆಡುಕಿಗೆ ಮೂಲ.
- ಸಕಾರಾತ್ಮಕ ಚಿಂತನೆ, ಕ್ರಿಯೆಗಳಲ್ಲಿ ತೊಡಗಿಕೊಳ್ಳಬೇಕು.

ವಿಭಿನ್ನ ದೃಷ್ಟಿಕೋನ

ವ್ಯಕ್ತಿಯ ಅಭಿಪ್ರಾಯ ಸನ್ನಿವೇಶಕ್ಕೆ ಅನುಗುಣವಾಗಿರುತ್ತದೆ.

ಆ ವ್ಯಕ್ತಿಗೆ ನಾಲ್ವರು ಮಕ್ಕಳು. ವಿಷಯ–ವಸ್ತು– ಘಟನೆಯೊಂದನ್ನು ಹೇಗೆ
ಅರ್ಥೈಸಬೇಕು ಎಂಬುದನ್ನು ಅವರಿಗೆ ಕಲಿಸಬೇಕು ಎಂದು ತಂದೆ ನಿರ್ಧರಿಸಿದ.
ಬೇರೆ ಬೇರೆ ಋತುವಿನಲ್ಲಿ ಅತ್ತಿ ಮರವನ್ನು ನೋಡಲು ಮಕ್ಕಳನ್ನು ಕಳಿಸಿ, ಏನು
ಅನ್ನಿಸಿತು ಎಂದು ಕೇಳಿದ.

ಮೊದಲನೆಯವ ಅತ್ತಿ ಮರ ನೋಡಲು ಹೋದಾಗ ಚಳಿಗಾಲ. ಮರ ಓರೆಕೋರೆಯಾಗಿ ವಿರೂಪವಾಗಿದೆ ಎಂದು ಮೊದಲ ಮಗ. ಎರಡನೆಯ ಮಗ ವಸಂತ ಋತುವಿನಲ್ಲಿ ಹೋಗಿದ್ದ. ಮರ ಹಸುರಿನಿಂದ ತುಂಬಿದ್ದು ಎಲ್ಲೆಲ್ಲೂ ಮೊಗ್ಗುಗಳು ಕಾಣಿಸುತ್ತಿವೆ ಎಂದು ತಂದೆಗೆ ಹೇಳಿದ. ಬೇಸಿಗೆಯಲ್ಲಿ ಹೋಗಿದ್ದ ಮೂರನೆಯಾತ, 'ಮೊಗ್ಗುಗಳೆಲ್ಲ ಅರಳಿದ್ದು, ಮರ ಸುಂದರವಾಗಿತ್ತು' ಎಂದ. ನಾಲ್ಕನೆಯವ ಶರದೃತುವಿನಲ್ಲಿ ಮರವನ್ನು ನೋಡಿದ. 'ಮರ ಹಣ್ಣಿನಿಂದ ತುಂಬಿ, ನೋಡಲು 2 ಕಣ್ಣು ಸಾಲದು ಎಂಬಂತಿದೆ' ಎಂದ.

ನಾಲ್ವರೂ ನೋಡಿದ್ದು ಒಂದೇ ಮರವನ್ನು. ಆದರೆ ನಾಲ್ಕು ಋತುಗಳಲ್ಲಿ ನೋಡಿದ್ದರು. ನಾಲ್ವರಿಗೂ ಬೇರೆಬೇರೆ ಅನುಭವ ಆಗಿತ್ತು. ತಂದೆ ಹೇಳಿದ, 'ನೀವು ನಾಲ್ವರೂ ಹೇಳಿದ್ದು ಸರಿ. ಆದರೆ, ನಿಮಗ್ಯಾರಿಗೂ ಸಂಪೂರ್ಣ ಚಿತ್ರಣ ಸಿಗಲಿಲ್ಲ'.

ಮನುಷ್ಯರು ಕೂಡಾ ಹಾಗೆಯೇ. ಬದುಕನ್ನು, ಅದರಲ್ಲಿನ ಸನ್ನಿವೇಶಗಳನ್ನು ಬೇರೆಯದೇ ರೀತಿ ನೋಡುತ್ತೇವೆ. ಕಷ್ಟ ಬಂದಾಗ ದುಃಖಿಸುತ್ತೇವೆ. ಸುಖ ಬಂದಾಗ ನಗುತ್ತೇವೆ. ಕೆಲವೊಮ್ಮೆ ಸಿಟ್ಟಾಗುತ್ತೇವೆ. ಪ್ರಬುದ್ಧ ಮನುಷ್ಯ ಎಲ್ಲವನ್ನೂ ಸಮನಾಗಿ ಸ್ವೀಕರಿಸಿ, ಸಮತೋಲನದ ದೃಷ್ಟಿಕೋನ ಬೆಳೆಸಿಕೊಳ್ಳಬೇಕು.

- **ಇದೇ ಅಂತಿಮ ಎಂಬುದಿಲ್ಲ.**
- **ವಸ್ತು–ಸನ್ನಿವೇಶ–ಘಟನೆಯನ್ನು ಏಕತ್ರಗೊಳಿಸಿ ಪರಿಶೀಲಿಸಬೇಕು.**
- **ವ್ಯಕ್ತಿ ಸನ್ನಿವೇಶವನ್ನು ಹೇಗೆ ಗ್ರಹಿಸಿದ್ದಾನೆ ಎಂಬುದಕ್ಕೆ ಅನುಗುಣವಾಗಿ ಅವನ ದೃಷ್ಟಿಕೋನ ಇರುತ್ತದೆ. ಹೀಗಾಗಿ, ಅದು ಅಂತಿಮವಲ್ಲ, ಸಂಪೂರ್ಣವಲ್ಲ.**

ಜ್ಯೋತಿಷಿಯ ದ್ವಂದ್ವ

ಪೊಳ್ಳು ಪ್ರತಿಷ್ಠೆ ಕುಸಿಯಲು ಕೆಲವು ಕ್ಷಣ ಸಾಕು.

ಜ್ಯೋತಿಷಿಯೊಬ್ಬ ದಿಲ್ಲಿಯಿಂದ ಆಗ್ರಾಕ್ಕೆ ಹೋಗುತ್ತಿದ್ದ. ಆತನ ರೈಲಿನ ಬೋಗಿಯಲ್ಲಿ ಮಹಿಳೆಯೊಬ್ಬಳು ಇದ್ದಳು. ಜ್ಯೋತಿಷಿ ಆಗ್ರಾದಲ್ಲಿ ಹಲವರಿಗೆ ಭೇಟಿಗೆ ಸಮಯ ನಿಗದಿಗೊಳಿಸಿದ್ದ. ಆತ ಖ್ಯಾತ ವ್ಯಕ್ತಿ. ಭವಿಷ್ಯ ತಿಳಿಸುವುದಲ್ಲದೆ, ಕೆಟ್ಟ ಗಳಿಗೆ–ಫಲವನ್ನು ಸರಿಪಡಿಸಲು ಅಗತ್ಯ ಸಲಹೆಯನ್ನೂ ನೀಡುತ್ತಿದ್ದ.

ಪ್ರಯಾಣದ ವೇಳೆ 'ತಾನು ಆಗ್ರಾಕ್ಕೆ ಬರುತ್ತಿದ್ದು, ನಿಗದಿಗೊಳಿಸಿದ ಸಮಯದಲ್ಲೇ ಎಲ್ಲರನ್ನೂ ಭೇಟಿಯಾಗುವುದಾಗಿ' ಫೋನ್ ಮಾಡಿ ತಿಳಿಸಿದ. ಆದರೆ, ತಾಂತ್ರಿಕ ದೋಷದಿಂದಾಗಿ ರೈಲು ಆಗ್ರಾ ಮತ್ತು ಮಥುರಾ ಮಧ್ಯೆ ನಿಂತುಬಿಟ್ಟಿತು. ಪ್ರಯಾಣ ಮತ್ತೆ ಎಷ್ಟು ಹೊತ್ತಿಗೆ ಪ್ರಾರಂಭ ಆಗಲಿದೆ ಎಂಬ ಖಾತ್ರಿ ಇರಲಿಲ್ಲ. ಜತೆಗೆ, ಅವನ ಮೊಬೈಲ್ ಫೋನ್ ಕೂಡಾ ಕೈಕೊಟ್ಟಿತು.

ವಿಧಿಯಿಲ್ಲದೆ ಎದುರಿಗಿದ್ದ ಮಹಿಳೆಯ ಬಳಿ ಫೋನ್ ಕೇಳಿ ತೆಗೆದುಕೊಂಡು, ಆಗ್ರಾದಲ್ಲಿದ್ದ ತನ್ನ ಏಜೆಂಟ್‌ಗೆ ಎಲ್ಲ ಅಪಾಯಿಂಟ್‌ಮೆಂಟ್ ಕ್ಯಾನ್ಸಲ್ ಮಾಡುವಂತೆ ತಿಳಿಸಿದ.

ಮಹಿಳೆಗೆ ನಗು ಬಂತು. 'ಬೇರೆಯವರ ಭವಿಷ್ಯ ಹೇಳುವವನಿಗೆ ರೈಲು ಮಧ್ಯದಲ್ಲೇ ನಿಲ್ಲುತ್ತದೆ, ಆಗ್ರಾಕ್ಕೆ ಹೋಗಲು ಸಾಧ್ಯವಾಗದು ಎಂದು ತಿಳಿದುಕೊಳ್ಳಲು ಆಗಲಿಲ್ಲವಲ್ಲ' ಎಂದು ಆಕೆ ಮನಸ್ಸಿನಲ್ಲೇ ನಗೆಯಾಡಿದಳು.

- ಭವಿಷ್ಯದಲ್ಲಿ ಏನಿದೆ ಎಂಬುದನ್ನು ಕಟ್ಟಿಕೊಂಡು ಏನಾಗಬೇಕಿದೆ? ಪ್ರಸ್ತುತದಲ್ಲಿ ಹೇಗಿದ್ದೇವೆ ಎಂಬುದು ಮುಖ್ಯ.
- ನಮಗೆ ನೆರವಾಗದ ಜ್ಞಾನದಿಂದ ಬೇರೊಬ್ಬರಿಗೂ ಉಪಯೋಗವಾಗದು.
- ನೆನ್ನೆಯನ್ನು ಮರೆತು, ನಾಳೆ ಬಗ್ಗೆ ತಲೆಕೆಡಿಸಿ ಕೊಳ್ಳದೆ, ಇಂದಿನ ದಿನವನ್ನು ಚೆನ್ನಾಗಿ ಬದುಕಬೇಕು.

ಸೇವೆ-ಪ್ರೀತಿಯ ಕಥೆ

ಮನುಕುಲದ ಸೇವೆ ಪೂಜೆಯ ಅತ್ಯುತ್ತಮ ರೂಪ

ಬಹಳ ವರ್ಷಗಳ ಹಿಂದೆ ಶ್ರೀಮಂತ, ದೈವಭಕ್ತ ವ್ಯಕ್ತಿಯೊಬ್ಬನಿದ್ದ. ಆದರೆ, ಆತನಿಗೆ ಯಾವುದರಲ್ಲೂ ತೃಪ್ತಿ ಇರಲಿಲ್ಲ.

ಒಂದು ದಿನ ಆತ ಎಲ್ಲವನ್ನೂ ತೊರೆದು, ಹಿಮಾಲಯಕ್ಕೆ ತೆರಳಿದ. ಹಲವು ವರ್ಷಗಳ ತಪಸ್ಸಿನ ಬಳಿಕ, 'ಆತ್ಮ ಪವಿತ್ರವಾದದ್ದು, ದೇವರು ನಮ್ಮೊಳಗೇ ಇದ್ದಾನೆ' ಎಂಬ ಅರಿವಾಯಿತು. ಹಿಮಾಲಯ ತೊರೆದು, ಬಯಲಿಗೆ ಹೊರಟ.

ದಾರಿಯಲ್ಲಿ ದೇವಾಲಯವೊಂದು ಕಣ್ಣಿಗೆ ಬಿತ್ತು. ಸುಸ್ತಾಗಿತ್ತು. ಇಲ್ಲೇ ಮಲಗೋಣ ಎಂದುಕೊಂಡು ಹೋದರೆ, ಬಾಗಿಲು ಮುಚ್ಚಿತ್ತು. ಬಾಗಿಲು ತಟ್ಟಿದಾಗ ಧ್ವನಿಯೊಂದು ಕೇಳಿಸಿತು, 'ಯಾರು ನೀನು?' ಆತ ಉತ್ತರಿಸಿದ, 'ನಾನೊಬ್ಬ ದೈವಭಕ್ತ. ದೈವತ್ವ ಹೊಂದಿದ್ದೇನೆ'. ಒಳಗಿನಿಂದ ಧ್ವನಿ ಹೇಳಿತು, 'ತೊಲಗು ಇಲ್ಲಿಂದ. ದೇವಾಲಯದಲ್ಲಿ ನಾವಿಬ್ಬರೂ ಇರಲು ಸಾಧ್ಯವಿಲ್ಲ'.

ಆತ ಮತ್ತೆ ಹಿಮಾಲಯಕ್ಕೆ ತೆರಳಿ, ಧ್ಯಾನ–ಯೋಗದಲ್ಲಿ ತೊಡಗಿಕೊಂಡ.

ಹಲವು ವರ್ಷ ಕಳೆಯಿತು. ಮತ್ತೆ ಅದೇ ದೇವಾಲಯಕ್ಕೆ ಬಂದು, ಬಾಗಿಲು ತಟ್ಟಿದ. ಒಳಗಿನಿಂದ 'ಯಾರು ನೀನು?' ಎಂಬ ಪ್ರಶ್ನೆ ಮೊಳಗಿತು. ಹೇಳಿದ, 'ನಾನು ನಿನ್ನಂತೆಯೇ. ಬೇರಾರೂ ಅಲ್ಲ'. ಬಾಗಿಲು ತೆರೆದುಕೊಂಡಿತು. ಕೆಲಕಾಲ ಅಲ್ಲೇ ಉಳಿದ. ಬೇಜಾರಾಯಿತು. ಹೊರಗೆ ಬಂದು ಜನರೊಟ್ಟಿಗೆ ಬೆರೆತ. ಅಗತ್ಯವಿದ್ದವರಿಗೆ ನೆರವಾದ. ಜನರ ಸಂತೋಷ–ದುಃಖವನ್ನು ಹಂಚಿಕೊಂಡ. ಬದುಕಿನ ನಿಜವಾದ ಅರ್ಥವೇನು ಎಂಬುದು ಅವನಿಗೆ ಅರಿವಾಯಿತು.

ಒಂದು ದಿನ ಅದೇ ದೇವಾಲಯದ ಮುಂದೆ ಹಾದುಹೋಗುತ್ತಿದ್ದ. ಒಳಗಿ ನಿಂದ ಧ್ವನಿಯೊಂದು ಕೇಳಿಸಿತು, 'ಒಳಗೆ ಬಾ. ಎಲ್ಲ ಕಷ್ಟ–ಸಂಕಟದಿಂದ ನಿನ್ನನ್ನು ಬಿಡುಗಡೆಗೊಳಿಸುತ್ತೇನೆ'. ವ್ಯಕ್ತಿ ಹೇಳಿದ, 'ಕ್ಷಮಿಸು. ನಾನು ಒಳಗೆ ಬರಲಾರೆ. ನನಗೆ ಜನರ ಕೆಲಸ ಮಾಡುವುದಿದೆ. ಅದು ನನ್ನ ಆತ್ಮಜ್ಞಾನಕ್ಕಿಂತ ಮುಖ್ಯ'.

ತಕ್ಷಣ ಮಿಂಚೊಂದು ಹೊಳೆಯಿತು. ಆತನಿಗೆ ಜಗತ್ತಿನ ರಹಸ್ಯವೇನು ಎಂಬುದು ಗೊತ್ತಾಯಿತು.

- ಬೇರೆಯವರಿಗೆ ನೆರವಾಗುವುದರಿಂದ ಸಿಗುವ ಆತ್ಮತೃಪ್ತಿಯು ನಮ್ಮ ಅಸಂತೋಷವನ್ನೆಲ್ಲ ತೊಡೆದುಹಾಕುತ್ತದೆ.
- ಮನುಷ್ಯ ಸಮಾಜಮುಖಿ ಆಗಬೇಕು, ತಾನು ಬದುಕುತ್ತಿರುವ ಸಮಾಜದ ಏಳಿಗೆಯಲ್ಲಿ ಪಾಲ್ಗೊಳ್ಳಬೇಕು.

ನಿಜವಾದ ಧರ್ಮ

ಸಂಕಷ್ಟ ಸಮಯದಲ್ಲಿ ಮಾಡುವ ಸಣ್ಣ ಉಪಕಾರ, ಭವಿಷ್ಯದಲ್ಲಿ ಫಲ ನೀಡುತ್ತದೆ.

ನಿಜವಾದ ಧರ್ಮ, ಆಚರಣೆ–ಕಂದಾಚಾರದಲ್ಲಿಲ್ಲ. ಬದಲಿಗೆ, ಕರುಣೆ–ಉಪಕಾರದಲ್ಲಿದೆ.

ವ್ಯಕ್ತಿಯೊಬ್ಬ ರಸ್ತೆ ಬದಿಯಲ್ಲಿ ನಡೆಯುತ್ತಿದ್ದ. ಸುರಿದ ಭಾರಿ ಮಳೆಯಿಂದಾಗಿ ರಸ್ತೆಯಲ್ಲಿ ನೀರು ತುಂಬಿಕೊಂಡಿತ್ತು. ಆತ ರಸ್ತೆಯನ್ನು ದಾಟಲು ನೋಡುತ್ತಿದ್ದಾಗ, ಕಾರೊಂದು ವೇಗವಾಗಿ ಬರುತ್ತಿದ್ದುದು ಕಾಣಿಸಿತು. ಈತ ರಸ್ತೆ ದಾಟಲು

ಮುಂದಾಗಿರುವುದನ್ನು ಕಂಡ ಚಾಲಕ ಕಾರ್ ನಿಲ್ಲಿಸಿದ. ವ್ಯಕ್ತಿ ರಸ್ತೆ ದಾಟಿದ ಬಳಿಕ, ಆತನೆಡೆಗೆ ನೋಡಿ ನಸುನಕ್ಕು ಮುಂದೆ ಸಾಗಿದ. ಇದಕ್ಕೆ ಪ್ರತಿಯಾಗಿ ವ್ಯಕ್ತಿ ಚಾಲಕನಿಗೆ ಕೈಬೀಸಿ, ಧನ್ಯವಾದ ಸೂಚಿಸಿದ.

ಇನ್ನೊಂದು ಪ್ರಕರಣ: ಕಚೇರಿಯಲ್ಲಿ ತನ್ನ ಕೆಲಸ ಮುಗಿಸಿ ಹೊರಗೆ ಬಂದ ವ್ಯಕ್ತಿಗೆ ತಾನು ಉಳಿದುಕೊಂಡಿದ್ದ ಹೋಟೆಲ್‌ಗೆ ಹೋಗಲು ಯಾವುದೇ ವಾಹನ ಸಿಗಲಿಲ್ಲ. ಆಕಾಶದಲ್ಲಿ ದಟ್ಟಮೋಡವಿತ್ತು. ಯಾವುದೇ ಕ್ಷಣದಲ್ಲಿ ಮಳೆಯ ಸಾಧ್ಯತೆ ಇದ್ದಿತ್ತು. ಕಡುಗತ್ತಲೆ. ಆತ ಮನೆಯೊಂದರ ಮುಂದೆ ಆಶ್ರಯ ಪಡೆದ. ಅಷ್ಟರಲ್ಲಿ ಕಾರ್ ಒಂದು ಬರುತ್ತಿರುವುದು ಕಾಣಿಸಿತು. ವ್ಯಕ್ತಿ ನಿಂತಿದ್ದ ಮನೆಯ ಮುಂದೆಯೇ ಬಂದು ನಿಂತಿತು. ಕಾರಿನಲ್ಲಿ ಬಂದಾತ ವ್ಯಕ್ತಿಯ ಸಮಸ್ಯೆಯನ್ನು ಕೇಳಿ ತಿಳಿದು ಕೊಂಡು, ಆತನನ್ನು ಹೋಟೆಲ್‌ಗೆ ಬಿಟ್ಟ. ಬಳಿಕ ವ್ಯಕ್ತಿ ಈ ಮೊದಲು ನಿಂತಿದ್ದ ಮನೆಗೆ ಬಂದ. ಅದು ಆತನದೇ ಮನೆಯಾಗಿತ್ತು! ಕೆಲಸ ಮುಗಿಸಿ ಬಂದವನು ತನ್ನ ಮನೆ ಮುಂದೆ ನಿಂತಿದ್ದ ವ್ಯಕ್ತಿಯ ಸಂಕಷ್ಟವನ್ನು ಅರಿತು, ಆತನನ್ನು ಹೋಟೆಲ್‌ಗೆ ಬಿಟ್ಟು ಬಂದಿದ್ದ. ಆತನಿಗೆ ಸ್ವಲ್ಪ ತೊಂದರೆಯಾಗಿದ್ದರೂ, ಅದನ್ನು ಪರಿಗಣಿಸಲಿಲ್ಲ.

- ಮನುಷ್ಯ ಸಂಘಜೀವಿ. ಒಂಟಿಯಾಗಿ ಬದುಕಲು ಸಾಧ್ಯವಿಲ್ಲ.
- ಬೇರೆಯವರ ಸಂಕಷ್ಟಕ್ಕೆ ಸ್ಪಂದಿಸಬೇಕು.
- ಅಗತ್ಯವಿದ್ದಾಗ ಮಾಡಿದ ಸಹಾಯ ಭವಿಷ್ಯದಲ್ಲಿ ಬೇರೆ ರೂಪದಲ್ಲಿ ವಾಪಸಾಗುತ್ತದೆ.

ಬದುಕಿನ ಇನ್ನೊಂದು ಮುಖ

ಬಡವರು, ಸಂಕಷ್ಟಕ್ಕೀಡಾದವರ ಸೇವೆ ಪರಮಾತ್ಮನ ಸೇವೆಗೆ ಸಮ.

ಅನಾಥ ಹಾಗೂ ಬೀದಿ ಮಕ್ಕಳು ಇರುವ ಆಶ್ರಮವೊಂದಕ್ಕೆ ಮಹಿಳೆಯೊಬ್ಬರು ಆಗಾಗ ಭೇಟಿ ನೀಡುತ್ತಿದ್ದಳು. ಒಂದು ದಿನ ಮಹಿಳೆ ತನ್ನೊಟ್ಟಿಗೆ ಶಾಲೆಗೆ ಹೋಗುತ್ತಿದ್ದ ಮಗಳನ್ನೂ ಕರೆದೊಯ್ದಳು. ಮಗಳು ಸ್ಥಳಕ್ಕೆ ಹೊಸಬಳಾದ್ದರಿಂದ ಆಕೆಗೆ ಯಾರೂ ಗೊತ್ತಿರಲಿಲ್ಲ. ಹೀಗಾಗಿ, ಸ್ವಲ್ಪ ಹೊತ್ತಿನಲ್ಲೇ ಆಕೆಗೆ ಬೇಸರ

126

ವಾಯಿತು. ಆಗ ಅವಳ ಕಣ್ಣಿಗೆ ಮೂಲೆಯೊಂದರಲ್ಲಿ ಬೆದರಿ ಕುಳಿತಿದ್ದ ಮೂವರು ಸಣ್ಣ ಮಕ್ಕಳು ಕಣ್ಣಿಗೆ ಬಿದ್ದರು. ಆ ಮಕ್ಕಳನ್ನು ಮದ್ಯವ್ಯಸನಿಯೊಬ್ಬ ಹೆದರಿಸುತ್ತಿದ್ದ. ಇದನ್ನು ಕಂಡ ಮಹಿಳೆ ಅವನನ್ನು ಹೀಗೇಕೆ ಮಾಡುವೆ ಎಂದು ಪ್ರಶ್ನಿಸಿದಳು. ಅದಕ್ಕೆ 'ಈ ಮಕ್ಕಳು ನನ್ನ ಸಂಬಂಧಿಗಳು. ನಮ್ಮ ಮಧ್ಯೆ ಬರಲು ನೀನ್ಯಾರು?' ಎಂದಾತ ಬೆದರಿಸಿದ. ಆದರೆ, ಮಹಿಳೆ ಹೆದರಲಿಲ್ಲ, 'ಸುಮ್ಮನೆ ಹೋಗದಿದ್ದರೆ ಪೊಲೀಸರನ್ನು ಕರೆಸುತ್ತೇನೆ' ಎಂದು ಬೆದರಿಸಿದಳು. ಪೊಲೀಸ್ ಎಂಬ ಹೆಸರು ಕೇಳಿದ ತಕ್ಷಣ ಹಿಮ್ಮೆಟ್ಟಿದ ವ್ಯಕ್ತಿ, ಸ್ವಲ್ಪ ಹಣ ಕೊಟ್ಟರೆ ಮಕ್ಕಳನ್ನು ಆಶ್ರಮದಲ್ಲಿ ಬಿಟ್ಟುಹೋಗುವು ದಾಗಿ ಹೇಳಿದ. ಹಣ ಕೊಟ್ಟ ಬಳಿಕ ಜಾಗ ಖಾಲಿ ಮಾಡಿದ.

ವಿಚಾರಣೆ ಬಳಿಕ ತಿಳಿದು ಬಂದದ್ದೇನೆಂದರೆ, ಆ ಮೂವರು ಮಕ್ಕಳ ಪೋಷಕರು ಮರಣ ಹೊಂದಿದ್ದರು. ಆ ವ್ಯಕ್ತಿ, ಅವರ ಚಿಕ್ಕಪ್ಪ, ಮಕ್ಕಳ ಕೈಯಲ್ಲಿ ಸಣ್ಣ ಪುಟ್ಟ ಕೆಲಸ ಮಾಡಿಸಿ, ಬಂದ ಹಣವನ್ನು ಕುಡಿಯಲು ಬಳಸುತ್ತಿದ್ದ.

ತನ್ನ ತಾಯಿಯ ನಡೆ ಬಾಲಕಿಯ ಮನಸ್ಸಿನಲ್ಲಿ ಹೊಸ ಚಿಂತನೆ ಸೃಷ್ಟಿಸಿತು. ಆಕೆ ತನ್ನ ತಾಯಿಗೆ ತೊಂದರೆ ಕೊಡುವುದನ್ನು ನಿಲ್ಲಿಸಿದಳು. ಪ್ರತಿ ವಾರ ಆಶ್ರಮಕ್ಕೆ ತಾಯಿಯೊಟ್ಟಿಗೆ ಬಂದು, ಅಲ್ಲಿನ ಮಕ್ಕಳೊಡನೆ ಆಟವಾಡಲಾರಂಭಿಸಿದಳು. ಆಕೆಗೆ ಹೊಸ ಗೆಳೆಯರು ಸಿಕ್ಕರು.

- ತಪ್ಪು ಕಂಡಾಗ ಖಂಡಿಸು. ಪ್ರತಿಭಟಿಸದೆ ಸುಮ್ಮನಿರಬೇಡ.
- ದುರ್ಬಲರು–ಬಡವರಿಗೆ ನೆರವಾಗು.
- ಸಂತೋಷ ಎಂಬುದು ಗಂಧದ ಸುವಾಸನೆ. ಹಂಚಿಕೊಂಡಷ್ಟೂ ಹೆಚ್ಚುತ್ತದೆ.

ವಿಚಿತ್ರ, ಆದರೆ ನಿಜ

ಬದುಕೆಂಬುದು ಹಲವು ಆಶ್ಚರ್ಯಗಳ ಮೊತ್ತ.

ಕಾಶಿ ಒಬ್ಬ ಕೂಲಿ ಕಾರ್ಮಿಕ. ಪತ್ನಿ–ಮಗನೊಂದಿಗೆ ಜೀವಿಸುತ್ತಿದ್ದ. ವಯಸ್ಸು 58. ಮಗ ಕಾರ್ಖಾನೆಯೊಂದರಲ್ಲಿ ಕೆಲಸ ಮಾಡುತ್ತಿದ್ದ. ಇವರೊಟ್ಟಿಗೆ ಮಗಳ ಮಗು ಕೂಡಾ ಇತ್ತು.

ಕಾಶಿಗೆ ಕಣ್ಣಿನ ಸಮಸ್ಯೆ ಉಂಟಾಯಿತು. ತಕ್ಷಣ ಶಸ್ತ್ರಕ್ರಿಯೆ ಆಗಬೇಕೆಂದು ವೈದ್ಯರು ಹೇಳಿದರು. ಹೇಗೆ ಮಾಡಿದರೂ ಅಷ್ಟು ಹಣ ಕೂಡಿಸುವುದು ತನ್ನಿಂದ ಸಾಧ್ಯವಾಗದು ಎಂದುಕೊಂಡು ಕಾಶಿ, ಆಸ್ಪತ್ರೆಯ ಹೊರಗೆ ಚಿಂತಾಕ್ರಾಂತನಾಗಿ ನಿಂತಿದ್ದ.

ಅಷ್ಟರಲ್ಲಿ ಶ್ರೀಮಂತನಂತೆ ತೋರುತ್ತಿದ್ದ ವ್ಯಕ್ತಿಯೊಬ್ಬ ಅಲ್ಲಿಗೆ ಬಂದ. ದುಃಖಿತನಾಗಿದ್ದ ಕಾಶಿಯನ್ನು ಕಂಡು, 'ಏಕೆ ಹೀಗಿರುವೆ? ಏನು ಸಮಾಚಾರ?' ಎಂದು ಪ್ರಶ್ನಿಸಿದ. ಆಶ್ಚರ್ಯಗೊಂಡ ಕಾಶಿ, ತನ್ನ ಸಮಸ್ಯೆ ಹೇಳಿದ. ಆತ ಕಾಶಿಯನ್ನು ಆಸ್ಪತ್ರೆಯೊಳಗೆ ಕರೆದೊಯ್ದು, ವೈದ್ಯರೊಟ್ಟಿಗೆ ಮಾತನ್ನಾಡಿ, ಹಣದ ವ್ಯವಸ್ಥೆ ಮಾಡುವುದಾಗಿ ಹೇಳಿದ. ಮಾರನೆ ದಿನ ಶಸ್ತ್ರಕ್ರಿಯೆ ಎಂದು ನಿರ್ಧಾರವಾಯಿತು.

ಮರುದಿನ ಶಸ್ತ್ರಕ್ರಿಯೆಯೂ ಆಯಿತು. ಒಂದು ದಿನ ಆಸ್ಪತ್ರೆಯಲ್ಲಿದ್ದು, ಕಾಶಿ ಮನೆಗೆ ಮರಳಿದ. ಗೊತ್ತುಗುರಿಯಿಲ್ಲದ ವ್ಯಕ್ತಿಯೊಬ್ಬ ತನಗೇಕೆ ಸಹಾಯ ಮಾಡಿದ ಎಂಬುದು ಕೊನೆಗೂ ಕಾಶಿಗೆ ಗೊತ್ತಾಗಲಿಲ್ಲ.

ನಿಜವಾದ ದಾನ ಹೀಗಿರಬೇಕು.

- ತೀರಾ ಸಂಕಷ್ಟದ ಸಂದರ್ಭದಲ್ಲಿ ಪವಾಡಗಳು ನಡೆಯುವುದಿದೆ.
- ಯಾವುದಾದರೂ ಆಗಬೇಕೆಂದಿದ್ದರೆ ಆಗಿಯೇ ತೀರುತ್ತದೆ.
- ಕಾಳಜಿ ತೋರಿಸಿದವರ ಬಳಿ ಸಮಸ್ಯೆ ಹಂಚಿಕೊಳ್ಳುವುದು ತಪ್ಪಲ್ಲ.

ದೇವರ ಅಸ್ತಿತ್ವ

ಅಚಲವಾದ ನಂಬಿಕೆ ಮತ್ತು ಸಂಪೂರ್ಣ ಭಕ್ತಿ ಇರಬೇಕು.

ದೇವರು ಒಂದು ಒಗಟು. ಕೆಲವರು ಇದ್ದಾನೆ ಎಂದರೆ, ಇನ್ನು ಕೆಲವರು ಇಲ್ಲ ಎನ್ನುತ್ತಾರೆ.

ವ್ಯಕ್ತಿಯೊಬ್ಬ ಕ್ಷೌರಕ್ಕೆಂದು ಸೆಲೂನ್‌ಗೆ ಹೋದ. ಕ್ಷೌರಿಕನೊಡನೆ ಮಾತನಾಡುತ್ತಿದ್ದಾಗ ಆತ ಹೇಳಿದ, 'ನಾನು ದೇವರ ಅಸ್ತಿತ್ವವನ್ನು ನಂಬುವುದಿಲ್ಲ'.

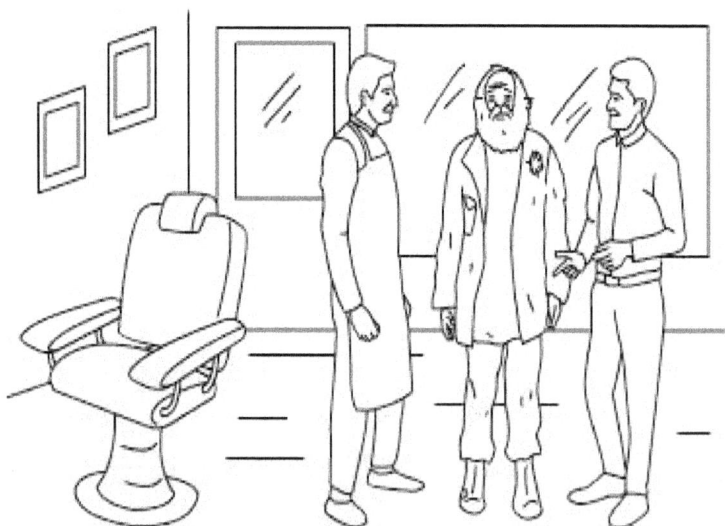

130

'ಅದು ಸರಿ. ನೀನೇಕೆ ನಂಬುವುದಿಲ್ಲ?' ಎಂದು ವ್ಯಕ್ತಿ ಕೇಳಿದ. ಅದಕ್ಕೆ ಆತನ ಉತ್ತರ ಹೀಗಿತ್ತು, 'ಒಂದು ವೇಳೆ ದೇವರು ಇದ್ದಿದ್ದರೆ ಇಷ್ಟೊಂದು ಕಷ್ಟ, ನೋವು ಏಕೆ ಇರುತ್ತಿತ್ತು? ದಯಾಮಯ ಎನಿಸಿಕೊಂಡಾತ ಇದನ್ನೆಲ್ಲ ಆಗುಮಾಡಲು ಬಿಡಬಾರದು'. ವ್ಯಕ್ತಿಗೂ ಹೌದಲ್ಲವೇ ಎನಿಸಿತು.

ಕ್ಷೌರದ ಬಳಿಕ ಆತ ಹೊರಗೆ ಹೋದ. ಅಲ್ಲೊಬ್ಬ ಉದ್ದ ಗಡ್ಡ, ತಲೆಕೂದಲು ಬಿಟ್ಟುಕೊಂಡಿದ್ದ ವ್ಯಕ್ತಿ ಕಾಣಿಸಿದ. ಆತನನ್ನು ಸೆಲೂನ್‌ಗೆ ಕರೆತಂದು ಹೇಳಿದ, 'ಕ್ಷೌರಿಕರು ಅಸ್ತಿತ್ವದಲ್ಲಿ ಇಲ್ಲ'. ಆಗ ಕ್ಷೌರಿಕ ಹೇಳಿದ, 'ನೀವು ಹಾಗೆ ಹೇಳಕೂಡದು. ನಾನೊಬ್ಬ ಕ್ಷೌರಿಕ, ನಿಮ್ಮ ಮುಂದೆ ನಿಂತಿದ್ದೇನೆ. ಹೀಗಾಗಿ ಕ್ಷೌರಿಕರು ಅಸ್ತಿತ್ವದಲ್ಲಿಲ್ಲಎಂದು ನೀವು ಹೇಳುವಂತಿಲ್ಲ'. ವ್ಯಕ್ತಿ ಹೇಳಿದ, 'ಇಲ್ಲ ಈ ಜಗತ್ತಿನಲ್ಲಿ ಕ್ಷೌರಿಕರು ಇಲ್ಲ. ಒಂದೊಮ್ಮೆ ಅವರು ಇದ್ದಿದ್ದೇ ಆದರೆ, ಈ ವ್ಯಕ್ತಿಯಂತೆ ಉದ್ದ ತಲೆಕೂದಲು, ಗಡ್ಡ ಬಿಟ್ಟ ಜನ ಇರಬಾರದಿತ್ತು'.

ಅದಕ್ಕೆ ಕ್ಷೌರಿಕ ಪ್ರತಿಕ್ರಿಯಿಸಿದ, 'ಕ್ಷೌರಿಕರು ಇದ್ದಾರೆ. ಈ ಮನುಷ್ಯನ ಸ್ಥಿತಿಗೆ ಆತ ನಮ್ಮ ಬಳಿ ಬಾರದೆ ಇದ್ದುದು ಕಾರಣ' ಎಂದ. ವ್ಯಕ್ತಿ ನಗುತ್ತ ಹೇಳಿದ, 'ಅದನ್ನೇ ನಾನೂ ಹೇಳಬೇಕಿತ್ತು. ದೇವರು ಇದ್ದಾನೆ. ಕಷ್ಟದಲ್ಲಿ-ತೊಂದರೆಯಲ್ಲಿರು ವವರು ಆತನ ಬಳಿ ಹೋಗಿ, ಸಹಾಯ ಕೇಳಬೇಕು. ಹಾಗೆ ಮಾಡದೆ ಇರುವುದ ರಿಂದಲೇ ಇಲ್ಲಿ ಇಷ್ಟೊಂದು ಕಷ್ಟ, ನೋವು ತುಂಬಿದೆ'. ಕ್ಷೌರಿಕ ಮತ್ತೆ ಮಾತನ್ನಾಡ ಲಿಲ್ಲ.

ದೇವರು ಹೊರ ಜಗತ್ತಿನಲ್ಲಿಲ್ಲ, ಕಣ್ಣಿಗೆ ಕಾಣುವುದಿಲ್ಲ. ನಮ್ಮೊಳಗೆ ಇದ್ದಾನೆ. ಭಕ್ತಿ ಶ್ರದ್ಧೆಯಿಂದ ಪ್ರಾರ್ಥಿಸಿದರೆ, ಕಾಣಬರುತ್ತಾನೆ.

- ಸಿನಿಕತೆಯಿಂದ ಪ್ರಯೋಜನವಿಲ್ಲ.
- ಮೊದಲ ಹೆಜ್ಜೆಯ ನಂತರವಷ್ಟೇ ಪ್ರಯಾಣ ಆರಂಭವಾಗುತ್ತದೆ.
- ಶ್ರದ್ಧೆಯಿದ್ದರೆ ಮಾತ್ರ ಜ್ಞಾನ, ಅರಿವು ಸಿಗುತ್ತದೆ.

ಅಚಲ ನಂಬಿಕೆ

ಹೀರೋ ಹಾಗೂ ಸಾಮಾನ್ಯನ ನಡುವೆ ಇರುವ ವ್ಯತ್ಯಾಸವೇಂದರೆ,
ರಾಜಿಯಿಲ್ಲದ ನಂಬಿಕೆ.

ಖ್ಯಾತ ಲೇಖಕ ಜಾರ್ಜ್ ಬರ್ನಾಡ್ ಶಾ ಒಮ್ಮೆ ತೀವ್ರವಾಗಿ ಕಾಯಿಲೆಗೆ ಬಿದ್ದರು. ಅವರನ್ನು ಪರೀಕ್ಷಿಸಿದ ವೈದ್ಯ 'ಮಾಂಸಾಹಾರ ಸೇವಿಸದಿದ್ದರೆ ನೀವು ಜೀವಿಸುವುದಿಲ್ಲ' ಎಂದು ಎಚ್ಚರಿಸಿದರು. ಸಸ್ಯಾಹಾರಿಯಾಗಿದ್ದ ಶಾ ಇದಕ್ಕೆ ಒಪ್ಪಲಿಲ್ಲ.

ಹೇಗಾದರೂ ಆಗಲಿ, ಉಯಿಲು ಮಾಡಿಸೋಣ ಎಂದುಕೊಂಡು ವಕೀಲನನ್ನು ಕರೆಸಿದರು. ತಮ್ಮ ಉಯಿಲಿನ ಉಕ್ತಲೇಖನ ಕೊಟ್ಟಿದ್ದು ಹೀಗೆ. 'ನನ್ನ ಸಾವಿನ ಬಳಿಕ ಶವಪೆಟ್ಟಿಗೆಯನ್ನು ಸ್ಮಶಾನಕ್ಕೆ ಹೊತ್ತೊಯ್ಯುವಾಗ ಮೊದಲಿಗೆ ಹಕ್ಕಿಗಳು, ಬಳಿಕ ಕುರಿ, ಹಸು ಮತ್ತಿತರ ಪಶುಗಳು ಹಾಗೂ ಆಕ್ವೇರಿಯಂನ ಮೀನು ನನ್ನ ಜತೆ ಬರಬೇಕು. ಇವೆಲ್ಲವೂ 'ಓ ದೇವನೇ, ನಮ್ಮ ಮಿತ್ರನ ಬಗ್ಗೆ ಕರುಣೆ ತೋರು. ಈತ ನಮ್ಮ ಜೀವ ಉಳಿಸಲು ತನ್ನ ಜೀವತೆತ್ತ' ಎಂಬ ಬರಹವಿದ್ದ ಫಲಕ ಹಿಡಿದಿರಬೇಕು'.

ಮಾಂಸದಿಂದ ಶಕ್ತಿವರ್ಧನೆ ಆಗುತ್ತದೆ ಎಂದು ಕೆಲವರು ಅದನ್ನು ತಿನ್ನುತ್ತಾರೆ. ಆನೆ, ಕೋಣ, ಘೇಂಡಾಮೃಗ ಇವೆಲ್ಲ ಸಸ್ಯಾಹಾರಿಗಳು. ಧಾನ್ಯ, ಹಣ್ಣು ಜೇನುತುಪ್ಪ, ಹಾಲು ಮತ್ತಿತರ ತಿನ್ನಬಲ್ಲ ಖಾದ್ಯ ಪದಾರ್ಥಗಳು ಇರುವಾಗ ಮಾಂಸ ತಿನ್ನಲೇ ಬೇಕೆಂದಿಲ್ಲ.

ನೆನಪಿಡಬೇಕಾದ ಮುಖ್ಯ ಅಂಶವೆಂದರೆ, ಆಹಾರ ಮನುಷ್ಯನ ವೈಯಕ್ತಿಕ ಆಯ್ಕೆ. ನಿಮ್ಮ ಆಯ್ಕೆ–ಅಭಿಪ್ರಾಯವನ್ನು ಬೇರೆಯವರ ಮೇಲೆ ಹೇರಬಾರದು.

- ನೈತಿಕ ಸಿದ್ಧಾಂತಗಳ ಬಗ್ಗೆ ದೃಢವಾಗಿರಿ.
- ಗೌರವಕ್ಕೆ ಧಕ್ಕೆ ತರುವ ಸನ್ನಿವೇಶಗಳನ್ನು ಸರಿಯಾಗಿ ನಿಭಾಯಿಸಿ.
- ಒಳ್ಳೆಯ ಕೆಲಸಕ್ಕೆ ಅಗತ್ಯ ಪ್ರಚಾರ ಕೊಡಿ.

ಒಂದು ತುಂಡು ಬಟ್ಟೆಗಾಗಿ

ಅನ್ವೇಷಣೆ ಎನ್ನುವುದು ಅಗತ್ಯದ ತಾಯಿ.

ಗುರುವಿನ ಆದೇಶದಂತೆ ಶಿಷ್ಯನೊಬ್ಬ ಊರಿನ ಹೊರಗೆ ಗುಡಿಸಲು ಕಟ್ಟಿದ. ಅಲ್ಲಿ ನೆಲೆಸಿ, ಸಾಧನೆಗೆ ಮುಂದಾದ.

ಪ್ರತಿ ದಿನ ಸ್ನಾನದ ಬಳಿಕ ಒದ್ದೆ ಬಟ್ಟೆಯನ್ನು ಮರದ ಮೇಲೆ ಒಣಗಿಸುತ್ತಿದ್ದ. ಬಳಿಕ ಪಕ್ಕದ ಹಳ್ಳಿಗೆ ಭಿಕ್ಷೆಗೆ ಹೋಗುತ್ತಿದ್ದ. ಒಂದು ದಿನ ಭಿಕ್ಷೆ ಬೇಡಿ ಹಿಂತಿರುಗಿದಾಗ, ಒಣಗಲು ಹಾಕಿದ್ದ ವಸ್ತ್ರವನ್ನು ಇಲಿಗಳು ಕಡಿದು ಹಾಕಿದ್ದವು.

ಹಳ್ಳಿಗರು ಆತನಿಗೆ ಹೊಸ ವಸ್ತ್ರ ಕೊಟ್ಟರು. ಮಾರನೆಯ ದಿನ ಅದನ್ನು ಒಣಗಿಸಿ ದ್ದಾಗ, ಮತ್ತೆ ಇಲಿಗಳು ಕಚ್ಚಿದವು. ಬಟ್ಟೆಯನ್ನು ಇಲಿ ಕಚ್ಚುವುದು, ಆತ ಹಳ್ಳಿಗರನ್ನು ಬಟ್ಟೆ ಕೇಳುವುದು ಕೆಲದಿನ ಮುಂದುವರಿಯಿತು.

ಬಟ್ಟೆ ಕೊಟ್ಟು ಕೊಟ್ಟು ಸುಸ್ತಾದ ಹಳ್ಳಿಗರು, ಬೆಕ್ಕು ಸಾಕಲು ಸಲಹೆ ನೀಡಿದರು. ಅದರಂತೆ ಆತ ಬೆಕ್ಕೊಂದನ್ನು ತಂದ. ಅದು ಎಲ್ಲ ಇಲಿಗಳನ್ನು ಕೊಂದಿತು. ಬಳಿಕ ಅದಕ್ಕೆ ತಿನ್ನಲು ಏನೂ ಸಿಗದ ಕಾರಣ ಹೊಸ ಸಮಸ್ಯೆ ಸೃಷ್ಟಿಯಾಯಿತು. ಹಳ್ಳಿಗರನ್ನು ಹಾಲು ಬೇಡಲಾರಂಭಿಸಿದ. ಹಳ್ಳಿಯವರು ಹಸುವೊಂದನ್ನು ಸಾಕಿಕೊಳ್ಳಲು ಹೇಳಿದರು. ಸರಿ, ಹಸುವನ್ನು ತಂದ. ಅದಕ್ಕೆ ಹುಲ್ಲಿನ ಸಮಸ್ಯೆ ಎದುರಾಯಿತು. ಆಗ ಹಳ್ಳಿಗರು ಗುಡಿಸಲಿನ ಸುತ್ತ ಇದ್ದ ಜಮೀನಿನಲ್ಲಿ ಬೆಳೆ ಬೆಳೆಯಲು ಹೇಳಿದರು. ಅದನ್ನೂ ಮಾಡಿದ. ಹಸುವಿಗೆ ಮೇವು ಸಾಕಷ್ಟು ಸಿಕ್ಕಿ, ಮಾರುವಷ್ಟು ಹಾಲು ಉಳಿಯಿತು. ಹಾಲು ಮಾರಿದ್ದರಿಂದ ಬಂದ ಹಣದಲ್ಲಿ ಮನೆ ಕಟ್ಟಿದ. ಅಕ್ಕಪಕ್ಕದ ಜಮೀನು ಕೊಂಡ. ಮದುವೆಯನ್ನೂ ಆದ. ಸಾಧನೆ ಹಳ್ಳ ಹಿಡಿಯಿತು !

ಕೆಲ ಕಾಲದ ಬಳಿಕ ಶಿಷ್ಯನನ್ನು ನೋಡಲು ಬಂದ ಗುರುವಿಗೆ, ಪರಮಾಶ್ಚರ್ಯ. ಆತ ಪ್ರಶ್ನಿಸಿದ, 'ಮಗು, ಏನಿದೆಲ್ಲ?' ಶಿಷ್ಯ ತಲೆ ತಗ್ಗಿಸಿ ಹೇಳಿದ, 'ಇದೆಲ್ಲ ಆದದ್ದು ತುಂಡು ವಸ್ತ್ರದಿಂದಾಗಿ'.

ಸಾಮಾನ್ಯ ಜನ ಬಹಳ ಬೇಗ ತಮ್ಮ ಜೀವನದ ಉದ್ದೇಶವನ್ನು ಮರೆತು, ಪ್ರಾಪಂಚಿಕ ಜಗತ್ತಿನಲ್ಲಿ ಮುಳುಗಿಬಿಡುತ್ತಾರೆ.

- ಸಮಸ್ಯೆಗೆ ಪರಿಹಾರವು ಸ್ವಂತ ಆಲೋಚನೆ ಹಾಗೂ ಅನುಭವದಿಂದ ಸಿಗುತ್ತದೆ.
- ಮನುಷ್ಯನಿಗೆ ಸ್ವಂತಿಕೆ ಮುಖ್ಯ.
- ಅರೆಮನಸ್ಸಿನ ಪರಿಹಾರದಿಂದ ಸಮಸ್ಯೆ ಬಗೆಹರಿಯುವುದಿಲ್ಲ.

ಮೂರು ತಲೆ ಬುರುಡೆ

ಜ್ಞಾನವಾಗಿ ಬದಲಾಗದ ತಿಳಿವಳಿಕೆ ವ್ಯರ್ಥ.

ರಾಜನೊಬ್ಬನ ಬಳಿ ಮೂರು ತಲೆ ಬುರುಡೆಗಳಿದ್ದವು. ಜ್ಞಾನಿಯೊಬ್ಬನ ಬಳಿ 'ಮೂರರಲ್ಲಿ ಯಾವುದು ಉತ್ತಮ?' ಎಂದು ಕೇಳಿದ. ಆ ಜ್ಞಾನಿ ದಾರವೊಂದನ್ನು ಮೊದಲ ಬುರುಡೆಯ ಕಿವಿಯೊಳಗೆ ತೂರಿಸಿದ. ದಾರ ಎರಡನೇ ಕಿವಿಯಲ್ಲಿ ಹೊರಬಂದಿತು. ಮತ್ತೊಂದು ಬುರುಡೆಯಲ್ಲಿ ಬಾಯಿಯ ಮೂಲಕ,

ಮೂರನೆಯದಲ್ಲಿ ಹೃದಯ ಭಾಗಕ್ಕೆ ಹೋಯಿತು. ಮೂರನೆಯದು ಶ್ರೇಷ್ಠ ಎಂದು ಆತ ರಾಜನಿಗೆ ಹೇಳಿದ.

ರಾಜ ಪ್ರಶ್ನಿಸಿದ, 'ಹೇಗೆ ಹೇಳುವೆ? ವಿವರಿಸು'. ಆತ ವಿವರಣೆ ಕೊಟ್ಟ. 'ಕೆಲವರು ಬುದ್ಧಿ ಮಾತುಗಳನ್ನು ಒಂದು ಕಿವಿಯಿಂದ ಕೇಳಿ, ಆ ಕುರಿತು ಕಿಂಚಿತ್ ಆಲೋಚಿಸದೆ ಇನ್ನೊಂದು ಕಿವಿ ಮೂಲಕ ಬಿಡುತ್ತಾರೆ. ಇನ್ನು ಕೆಲವರು ಕೇಳಿದ್ದನ್ನು ಬೇರೆಯವರಿಗೆ ಉಪದೇಶಿಸುತ್ತಾರೆಯೇ ಹೊರತು ತಾವು ಅದನ್ನು ಅಳವಡಿಸಿ ಕೊಳ್ಳುವುದಿಲ್ಲ. ಆದರೆ, ಮೂರನೇ ವರ್ಗಕ್ಕೆ ಸೇರಿದವರು ಬುದ್ಧಿ ಮಾತುಗಳನ್ನು ಹೃದಯಕ್ಕೆ ತೆಗೆದುಕೊಳ್ಳುತ್ತಾರೆ. ತಮ್ಮ ದೈನಿಕ ಜೀವನದಲ್ಲಿ ಅಳವಡಿಸಿಕೊಳ್ಳು ತ್ತಾರೆ. ಅವರೇ ಶ್ರೇಷ್ಠರು'.

ವಿವರಣೆ ರಾಜನಿಗೆ ಒಪ್ಪಿತವಾಯಿತು.

- ಲಭ್ಯ ಜ್ಞಾನವನ್ನು ನಿತ್ಯದ ಬದುಕಿನಲ್ಲಿ ಬಳಸಬೇಕು.
- ಕೇಳಿದ್ದನ್ನು ಅರ್ಥಮಾಡಿಕೊಳ್ಳದೆ ಗಳಹಿದರೆ ಪ್ರಯೋಜನ ಆಗದು.
- ಮಾತು ಬೆಳ್ಳಿ, ಮೌನ ಬಂಗಾರ.

ಸ್ಥಿತಪ್ರಜ್ಞತೆ

ದೃಢ ಮನಸ್ಸಿನವ ಎಂಥ ಕಠಿಣ ಪರಿಸ್ಥಿತಿಯಲ್ಲೂ ಉಳಿದುಕೊಳ್ಳಬಲ್ಲ.

ನಾಜಿಗಳ ಆಡಳಿತದ ವೇಳೆ ಯಹೂದಿ ಸಂತನೊಬ್ಬನಿಗೆ ಜರ್ಮನ್ ಸೈನಿಕರು ಹಿಂಸೆ ಕೊಡುತ್ತಿದ್ದರು. ದೈಹಿಕ ಶಿಕ್ಷೆಯನ್ನು ಆತ ತಾಳಿಕೊಳ್ಳುತ್ತಿದ್ದ. ಮನಸ್ಸನ್ನು ಗಟ್ಟಿಗೊಳಿಸಿ, ದೇಹಕ್ಕಾಗುವ ನೋವನ್ನು ಸಹಿಸುತ್ತಿದ್ದ. ಹೀಗಾಗಿ ನೋವು ಆತನನ್ನು

ಕಾಡುತ್ತಿರಲಿಲ್ಲ. ಅಷ್ಟೆಲ್ಲ ಹಿಂಸೆಯ ನಡುವೆಯೂ ಆತ ಸಾವಿಗೀಡಾಗದಿರಲು ಈ ಮನಸ್ಥಿತಿ ನೆರವಾಯಿತು.

ಇಂಥದ್ದೇ ಸ್ಥಿತಿಯಲ್ಲಿದ್ದ ಇನ್ನೊಬ್ಬ ಹಿಂಸೆ ತಡೆಯಲಾಗದೆ ಮೃತಪಟ್ಟ ಮತ್ತೊಬ್ಬ ಆತ್ಮಹತ್ಯೆ ಮಾಡಿಕೊಂಡ.

ನಿರ್ಲಿಪ್ತತೆ—ಸ್ಥಿತಪ್ರಜ್ಞತೆ ಮನುಷ್ಯನನ್ನು ಬಲಿಷ್ಠನನ್ನಾಗಿಸುತ್ತದೆ. ಆದರೆ, ಇಂಥ ಸ್ಥಿತಿ ತಲುಪಲು ದೀರ್ಘಕಾಲ ಶ್ರಮಿಸಬೇಕಾಗುತ್ತದೆ. ದೃಢ ಮನಸ್ಸು ಹಾಗೂ ದೃಢ ಸಂಕಲ್ಪದಿಂದ ಇದು ಸಾಧ್ಯ.

- ದೇಹ ಸೌಂದರ್ಯ ಇಲ್ಲವೇ ದೈಹಿಕ ಸುಖ ಜೀವನದ ಮುಖ್ಯ ಉದ್ದೇಶ ಆಗಬಾರದು.
- ಯಾವುದೇ ವಸ್ತು—ವ್ಯಕ್ತಿ ಬಗ್ಗೆ ತೀವ್ರ ಮೋಹ ಕೂಡದು.
- ದೃಢ ಮನಸ್ಕರು ಕಠಿಣ ಸಂದರ್ಭದಲ್ಲೂ ಉಳಿದುಕೊಳ್ಳುತ್ತಾರೆ.

ಒಳ್ಳೆಯ ಸುದ್ದಿ, ಕೆಟ್ಟ ಸುದ್ದಿ

ಹಣವಿದ್ದವರು ದಾನ ನೀಡಲು ಹಿಂಜರಿಯಬಾರದು.

ಪಾದ್ರಿಯೊಬ್ಬ ಪ್ರಾರ್ಥನೆ ವೇಳೆ ಘೋಷಿಸಿದ, 'ಒಂದು ಒಳ್ಳೆಯ ಸುದ್ದಿ, ಒಂದು ಕೆಟ್ಟ ಸುದ್ದಿ ಇದೆ'. ನೆರೆದಿದ್ದವರು ಚಕಿತರಾದರು. ಪಾದ್ರಿ ಏನು ಹೇಳುತ್ತಾನೋ ಎಂದು ಕಿವಿಯಾದರು.

'ಮೊದಲಿಗೆ ಕೆಟ್ಟ ಸುದ್ದಿ. ಚರ್ಚ್‌ಗೆ ತುರ್ತು ದುರಸ್ತಿ ಆಗಬೇಕಿದೆ. ಅದಕ್ಕಾಗಿ 10,000 ಡಾಲರ್ ಬೇಕಿದೆ. ಶೀಘ್ರವಾಗಿ ದುರಸ್ತಿ ಮಾಡದಿದ್ದಲ್ಲಿ ಚಾವಣಿ

ಕುಸಿಯಲಿದೆ'. ಇದನ್ನು ಕೇಳಿ ಜನ ಗೊಣಗಿದರು. ತಾವು ಹಣ ಕೊಡಬೇಕಾಗುತ್ತದೆ ಎಂದು ಮುಖ ಕೆಳಗೆ ಹಾಕಿದರು.

ಪಾದ್ರಿ ಮುಂದುವರಿಸಿದ, 'ಒಳ್ಳೆಯ ಸುದ್ದಿ ಇದು. ದುರಸ್ತಿಗೆ ಬೇಕಾದ ಹಣ ಇದೆ. ಹೀಗಾಗಿ ಚಿಂತೆ ಅಗತ್ಯವಿಲ್ಲ'. ಎಲ್ಲರೂ ಖುಷಿಯಾದರು. ನಿಟ್ಟುಸಿರು ಬಿಟ್ಟರು.

ಪಾದ್ರಿ ಮತ್ತೆ ಹೇಳಿದ, 'ಇನ್ನೊಂದು ಕೆಟ್ಟ ಸುದ್ದಿ. ಆ ಹಣ ಇನ್ನೂ ನಿಮ್ಮ ಜೇಬಿನಲ್ಲೇ ಇದೆ'!

- ಅನೈತಿಕ ಹಣ ಸುಖ ತಾರದು.
- ದುಡಿಮೆಯ ಒಂದು ಪಾಲನ್ನು ಸಮುದಾಯದ ಒಳಿತಿಗೆ ನೀಡಬೇಕು.
- ಹಣದಿಂದ ಎಲ್ಲವೂ ಲಭ್ಯವಾಗದು. ಹಣ ಕೊಳ್ಳಲಾಗದ ಹಲವು ವಸ್ತು–ವಿಷಯಗಳಿವೆ.

ಹಗಲುಗನಸು

ಕನಸು ಎಂದಿಗೂ ವಾಸ್ತವವಾಗದು. ಹಗಲುಗನಸು ಕಾಣುವುದು ವ್ಯರ್ಥ.

ಆತನೊಬ್ಬ ಸಣ್ಣ ಕಳ್ಳ. ತೋಟವೊಂದಕ್ಕೆ ಆಲೂಗಡ್ಡೆ ಕದಿಯಲು ಹೋಗಿದ್ದ. ಸುಮ್ಮನೆ ಆಲೂಗಡ್ಡೆ ತಂದಿದ್ದರೆ ಆಗುತ್ತಿತ್ತು. ಆದರೆ, ಅಲ್ಲೇ ನಿಂತು ಹಗಲುಗನಸು ಕಾಣಲಾರಂಭಿಸಿದ.

'ಒಂದು ಮೂಟೆ ತುಂಬ ಆಲೂಗಡ್ಡೆ ಕಳವು ಮಾಡಿ ಮಾರುತ್ತೇನೆ. ಅದರಿಂದ ಮೊಟ್ಟೆ ಇಡುವ ಕೋಳಿ ಖರೀದಿಸುತ್ತೇನೆ. ಆ ಮೊಟ್ಟೆಗಳು ಮರಿಗಳಾಗಿ,

ಅವನ್ನೂ ಮಾರುತ್ತೇನೆ. ಆ ಹಣವನ್ನೆಲ್ಲ ಒಟ್ಟು ಮಾಡಿ ಹಸುವನ್ನು ಕೊಳ್ಳುತ್ತೇನೆ. ಹಾಲು ಮಾರಿದ ಹಣ ಜೋಡಿಸಿ, ಇನ್ನೊಂದು ಹಸು ಕೊಳ್ಳುತ್ತೇನೆ. ಒಂದು ಡೈರಿಯನ್ನೇ ಮಾಡುತ್ತೇನೆ. ಹಸುಗಳನ್ನು ಯಾರೂ ಕದಿಯದಂತೆ ನಾನೇ ಕಾಯುತ್ತೇನೆ'.

ಆತ ತನ್ನ ಕನಸಿನಲ್ಲಿ ಎಷ್ಟು ತನ್ಮಯನಾಗಿದ್ದನೆಂದರೆ, ತಾನು ಯಾರದ್ದೋ ತೋಟಕ್ಕೆ ಹೋಗಿದ್ದೇನೆ ಎಂಬುದೇ ಮರೆತುಹೋಗಿತ್ತು. ಯಾರೋ ಬಂದಂತೆ ಅನಿಸಿತು. ಕಳ್ಳ ಬಂದನೆಂದು ಭಾವಿಸಿ, ಜೋರಾಗಿ ಕೂಗಿಕೊಂಡ. ಆದರೆ ಬಂದಿದ್ದು ತೋಟದ ಕಾವಲುಗಾರ. ಆತ ಕಳ್ಳನನ್ನು ಹಿಡಿದು, ಚೆನ್ನಾಗಿ ಒದೆಕೊಟ್ಟ.

- ವಾಸ್ತವದಲ್ಲಿ ಬದುಕು. ಕನಸನ್ನು ನನಸಾಗಿಸಲು ಕಠಿಣ ಶ್ರಮ ಬೇಕು.

- ಭವಿಷ್ಯ ಎಂಬುದು ನಮ್ಮ ನಿಯಂತ್ರಣದಲ್ಲಿಲ್ಲ. ಅದರ ಬಗ್ಗೆ ಚಿಂತಿಸುವುದರಿಂದ ಸಮಯ ವ್ಯರ್ಥವಾಗುತ್ತದೆ ಅಷ್ಟೆ

- ಹಾಲಿ ಸ್ಥಿತಿಯನ್ನು ಉತ್ತಮಗೊಳಿಸಿಕೊಳ್ಳಲು ಯತ್ನಿಸಬೇಕು, ಶ್ರಮಪಡಬೇಕು.

ಮುಖ್ಯವಾದ ವಿಷಯಕ್ಕೆ ಗಮನ

ಯಶಸ್ಸಿಗೆ ನಮ್ಮ ಆದ್ಯತೆಗಳನ್ನು ಗುರುತಿಸಬೇಕು. ಆ ನಿಟ್ಟಿನಲ್ಲಿ ಕೆಲಸ ಮಾಡಬೇಕು.

ಪ್ರೊಫೆಸರ್ ಒಬ್ಬರು ತರಗತಿಯಲ್ಲಿ ಪಾಠ ಮಾಡುತ್ತಿದ್ದರು. ಖಾಲಿ ಇರುವ ಗಾಜಿನ ಪಾತ್ರೆಯೊಂದರಲ್ಲಿ ಗಾಲ್ಫ್ ಚೆಂಡುಗಳನ್ನು ತುಂಬಿ, 'ಪಾತ್ರೆ ತುಂಬಿದೆಯೇ?' ಎಂದು ಪ್ರಶ್ನಿಸಿದರು. ವಿದ್ಯಾರ್ಥಿಗಳು 'ಹೌದು' ಎಂದರು. ಬಳಿಕ ಪ್ರೊಫೆಸರ್ ದುಂಡು ಕಲ್ಲುಗಳನ್ನು ತೆಗೆದುಕೊಂಡು, ಪಾತ್ರೆಯೊಳಗೆ ಹಾಕಿ

ಕುಲುಕಿದರು. ಅವು ಗಾಲ್ಫ್ ಚೆಂಡುಗಳ ಮಧ್ಯದಲ್ಲಿದ್ದ ಜಾಗದಲ್ಲಿ ಹೋಗಿ ಕುಳಿತವು. 'ಪಾತ್ರೆ ತುಂಬಿದೆಯೇ?' ಎಂಬ ಪ್ರಶ್ನೆಗೆ 'ಹೌದು' ಎಂಬ ಉತ್ತರ ಬಂದಿತು.

ಬಳಿಕ ಮರಳನ್ನು ತೆಗೆದುಕೊಂಡು, ಪಾತ್ರೆಗೆ ಹಾಕಿದರು. ಕಲ್ಲು ಗಾಲ್ಫ್ ಚೆಂಡುಗಳ ನಡುವಿನ ಜಾಗದಲ್ಲಿ ಮರಳು ತುಂಬಿಕೊಂಡಿತು. 'ಪಾತ್ರೆ ತುಂಬಿದೆಯೇ?' ಎಂಬ ಪ್ರಶ್ನೆಗೆ 'ಹೌದು' ಎಂಬ ಉತ್ತರ ಸಿಕ್ಕಿತು. ಬಳಿಕ ಪ್ರೊಫೆಸರ್ ಲೋಟದಿಂದ ನೀರು ಸುರಿದರು.

ಪ್ರೊಫೆಸರ್ ಹೇಳಿದರು, 'ಪಾತ್ರೆಯನ್ನು ನಿಮ್ಮ ಜೀವನ ಎಂದುಕೊಳ್ಳಿ. ಗಾಲ್ಫ್ ಚೆಂಡುಗಳು ಜೀವನದಲ್ಲಿ ಅತಿ ಮುಖ್ಯವಾದ ಕುಟುಂಬ, ಸ್ನೇಹಿತ... ಇತ್ಯಾದಿ. ದುಂಡುಕಲ್ಲುಗಳು ಕಾರ್, ಮನೆ, ಉದ್ಯೋಗ ಇತ್ಯಾದಿ. ಮರಳು ಇತರ ಸಣ್ಣ ಸಂಗತಿಗಳ ಪ್ರತಿನಿಧಿ. ಒಂದು ವೇಳೆ ನೀವು ಮರಳನ್ನು ಮೊದಲೇ ತುಂಬಿದರೆ, ಪಾತ್ರೆಯಲ್ಲಿ ಬೇರೇನನ್ನೂ ಹಾಕಲು ಸಾಧ್ಯವಾಗದು. ದುಂಡುಕಲ್ಲು ಗಾಲ್ಫ್ ಚೆಂಡು ಹೊರಗೇ ಉಳಿದುಬಿಡುತ್ತವೆ. ಜೀವನವನ್ನು ಸಣ್ಣ ಸಣ್ಣ ವಿಷಯಗಳಿಗೆ ವ್ಯರ್ಥಗೊಳಿಸಿದರೆ, ಮುಖ್ಯ ಸಂಗತಿಗಳಿಗೆ ಸಮಯವೇ ಉಳಿಯುವುದಿಲ್ಲ'.

ವಿದ್ಯಾರ್ಥಿಯೊಬ್ಬ ಕೇಳಿದ 'ಇದರಲ್ಲಿ ನೀರಿನ ಪಾತ್ರವೇನು?'. ಪ್ರೊಫೆಸರ್ ಹೇಳಿದರು, 'ನಿಮ್ಮ ಜೀವನ ಎಷ್ಟೇ ಸಂಪೂರ್ಣವಾಗಿದೆ ಎಂದುಕೊಂಡಿದ್ದರೂ, ಇನ್ನಷ್ಟು ಉತ್ತಮಗೊಳಿಸಿಕೊಳ್ಳಲು ಅವಕಾಶ ಇದ್ದೇ ಇರುತ್ತದೆ. ನಿಮ್ಮ ಜೀವನಕ್ಕೆ ಉತ್ತಮವಾದುದನ್ನು ನೀವು ಸೇರ್ಪಡೆ ಮಾಡುತ್ತ ಹೋಗಬಹುದು. ಅದೇ ನೀರು'.

- ನಿರಂತರ ಪ್ರಯತ್ನದಿಂದ ಮಾತ್ರ ಪರಿಪೂರ್ಣತೆ ಬರುತ್ತದೆ.
- ಇನ್ನಷ್ಟು ಉತ್ತಮಗೊಳ್ಳಲು, ಕಲಿತುಕೊಳ್ಳಲು ಇದ್ದೇ ಇರುತ್ತದೆ.
- ಬೆಳೆಯಲು, ಸಾಧನೆ ಮಾಡಲು ನಿರಂತರವಾಗಿ ಪ್ರಯತ್ನಿಸಬೇಕು.

ರಾಜಕಾರಣಿಯ ಭರವಸೆ

ಬೇಗ ಭರವಸೆ, ಶೀಘ್ರ ಮರೆಯುವಿಕೆ

ಚುನಾವಣೆ ಸಮಯ. ರಾಜಕಾರಣಿಯೊಬ್ಬ ತನ್ನ ಕ್ಷೇತ್ರದಲ್ಲಿ ಪ್ರಚಾರ ಕೈಗೊಂಡಿದ್ದ. ತನಗೆ ವೋಟ್ ಮಾಡಬೇಕೆಂದು ಕೇಳಿದ.

ಜನ ಕೇಳಿದರು, 'ನಿಮಗೆ ವೋಟ್ ಕೊಟ್ಟರೆ, ನಮಗೇನು ಮಾಡುವಿರಿ?'

ಕೆಲಕಾಲ ಯೋಚಿಸಿದ ರಾಜಕಾರಣಿ ಹೇಳಿದ, 'ಈವರೆಗೆ ಯಾರೂ ಮಾಡಲಾಗದ ದೊಡ್ಡ ಕೆಲಸ ಮಾಡುತ್ತೇನೆ'. ಇನ್ನೊಬ್ಬ ಕೇಳಿದ, 'ಸರಿ. ಅದೇನು' ಒಂದು ಕ್ಷಣ ಯೋಚಿಸಿದ ರಾಜಕಾರಣಿ ಹೇಳಿದ, 'ನಿಮಗೋಸ್ಕರ ಸೇತುವೆ ಒಂದನ್ನು ನಿರ್ಮಿಸುತ್ತೇನೆ!' ಜನ ದಂಗಾದರು. ಏಕೆಂದರೆ, ಆ ಊರಿನಲ್ಲಿ ಹೊಳೆಯೇ ಇರಲಿಲ್ಲ!

'ನಮ್ಮೂರಲ್ಲಿ ಹೊಳೆಯೇ ಇಲ್ಲ. ಸೇತುವೆ ಎಲ್ಲಿಗೆ ಕಟ್ಟುತ್ತೀರಿ?'

ರಾಜಕಾರಣಿ ಹೇಳಿದ, 'ಅದಕ್ಕೇನಂತೆ? ಮೊದಲು ಹೊಳೆಯನ್ನು ಮಾಡೋಣ. ನಂತರ ಸೇತುವೆ ಕಟ್ಟಿಸುವೆ'!

ಜನರ ಆಶ್ಚರ್ಯಕ್ಕೆ ಪಾರವೇ ಇರಲಿಲ್ಲ. 'ಎಲಾ, ಇವನ' ಎಂದುಕೊಂಡರು.

ರಾಜಕಾರಣಿ ಮಹಾ ಸುಳ್ಳುಬುರುಕ ಎಂಬುದು ಅವರಿಗೆ ಗೊತ್ತಾಗಿ ಹೋಯಿತು.

- ಪ್ರಶ್ನಿಸುವ ಪ್ರವೃತ್ತಿ ಬೆಳೆಸಿಕೊಳ್ಳಿ.
- ಬರಿದೇ ಭರವಸೆಗೆ ಬೆರಗಾಗಬೇಡಿ.
- ನಿಮ್ಮ ಬುದ್ಧಿಮತ್ತೆಯನ್ನು ಹೀಗಳೆಯುವವರನ್ನು, ಮೂರ್ಖರನ್ನು ಹತ್ತಿರ ಸೇರಿಸಬೇಡಿ.

ಪಶ್ಚಾತ್ತಾಪ ಮತ್ತು ಮುಕ್ತಿ

ಬದುಕನ್ನು 'ಪೂರ್ಣ'ವಾಗಿ ಬದುಕಬೇಕು.

ಋಷಿಯೊಬ್ಬ ರಸ್ತೆಯಲ್ಲಿ ನಡೆದುಹೋಗುತ್ತಿದ್ದ. ಹುಳವೊಂದು ವೇಗವಾಗಿ ಹರಿದುಹೋಗುತ್ತಿದ್ದುದನ್ನು ಆತ ಕಂಡ.

ಋಷಿ ಕೇಳಿದ, 'ಏನು, ಇಷ್ಟು ವೇಗವಾಗಿ ಹೋಗುತ್ತಿರುವೆ? ನಿನಗೇತರ ಭಯ?'

148

ಹುಳ ಹೇಳಿತು, 'ರಥಗಳು ಬರುತ್ತಿರುವ ಶಬ್ದ ಕೇಳುತ್ತಿದೆ. ಅಷ್ಟರಲ್ಲಿ ನಾನು
ಆ ಬದಿಗೆ ಹೋಗಬೇಕು. ಜೀವನ ಶ್ರೇಷ್ಠವಾದದ್ದು. ನಾನು ಸಾಯಲು ಇಚ್ಛಿಸುವು
ದಿಲ್ಲ ಜೀವನವೆಂಬ ಸ್ವರ್ಗವನ್ನು ತೊರೆದು ಸಾವೆಂಬ ನರಕಕ್ಕೆ ಹೋಗಲಾರೆ'.

ಋಷಿ ಕೇಳಿದ, 'ಅಯ್ಯಾ, ಸ್ವರ್ಗ, ಸಂತಸ, ನರಕದ ಬಗ್ಗೆ ನಿನಗೇನು
ಗೊತ್ತು?'

'ಸ್ವಾಮಿ, ನಾನು ಹುಳುವೇ ಇರಬಹುದು. ನನಗೆ ನನ್ನದೇ ಆದ ಸಂತೋಷ
ಗಳಿವೆ. ಹಿಂದಿನ ಜನ್ಮದಲ್ಲಿ ನಾನು ಶ್ರೀಮಂತ ಮನುಷ್ಯನಾಗಿದ್ದೆ. ಮಾಡಿದ
ದುಷ್ಕೃತ್ಯಗಳಿಂದಾಗಿ ಹುಳುವಾದೆ. ಮತ್ತೆ ಅದೇ ತಪ್ಪು ಮಾಡಲಾರೆ'.

ಋಷಿ ಹೇಳಿದ, 'ನಿನಗೀಗ ಪಶ್ಚಾತ್ತಾಪವಾಗಿದೆ. ನಿನಗೆ ಮುಕ್ತಿ ಸಿಗಲಿದೆ.
ನಿನಗಿಷ್ಟವಾದರೆ, ನಿನ್ನ ಸ್ಥಿತಿಯನ್ನು ಬದಲಿಸಬಲ್ಲೆ'. ಹುಳು ಒಪ್ಪಿತು. ಅದಕ್ಕೆ ಸರಿ
ಯಾಗಿ ಭಾರಿ ರಥವೊಂದು ಅಲ್ಲಿಗೆ ಬಂದು, ಅದರ ಚಕ್ರದಡಿ ಹುಳು ನುಜ್ಜುಗುಜ್ಜಾ
ಯಿತು. ಹಲವು ಜನ್ಮಗಳ ಬಳಿಕ ಅದಕ್ಕೆ ಮುಕ್ತಿ ದೊರಕಿತು.

- ಎಲ್ಲ ಜೀವಿಗಳಿಗೂ, ಎಲ್ಲರ ಬದುಕಿಗೂ
  ಘನತೆ ಎಂಬುದಿದೆ.

- ನಿಜವಾದ ಪಶ್ಚಾತ್ತಾಪ ಪಾಪಕೃತ್ಯಗಳನ್ನು
  ತೊಡೆಯಬಲ್ಲದು.

- ಸರಿ ದಾರಿ ತೋರಿಸುವುದು ಜ್ಞಾನಿಯ
  ಕರ್ತವ್ಯ.

ದೇವನ ಪ್ರೀತಿ

ತಾಳ್ಮೆ ಫಲ ನೀಡುತ್ತದೆ.

ಪ್ರವಾದಿ ಅಬ್ರಹಾಂ ಒಂದು ದಿನ ತಮ್ಮ ಮನೆ ಮುಂದೆ ಕುಳಿತಿದ್ದಾಗ, ವೃದ್ಧನೊಬ್ಬ ತುಂಬ ಕಷ್ಟಪಡುತ್ತ ಊರುಗೋಲು ಹಿಡಿದುಕೊಂಡು ನಡೆಯುತ್ತಿರುವುದನ್ನು ಕಂಡರು. ಆತನನ್ನು ಕರೆದು, ತನ್ನ ಮನೆಯಲ್ಲಿ ವಿಶ್ರಮಿಸಿಕೊಳ್ಳಬೇಕೆಂದು ಕೋರಿಕೊಂಡರು. ಮೊದಲು ನಿರಾಕರಿಸಿದರೂ, ಅಬ್ರಹಾಂನ ಒತ್ತಾಯದಿಂದ

ವೃದ್ಧ ಮನೆಯಲ್ಲಿ ಉಳಿದುಕೊಳ್ಳಲು ಒಪ್ಪಿದ. ಬಳಿಕ, ಊಟ ಮಾಡಿದ. ಪ್ರಾರ್ಥನೆಗೆ ಬರಬೇಕೆಂದು ಅಬ್ರಹಾಂ ಕರೆದರು. ವೃದ್ಧ ಹೇಳಿದ, 'ನನಗೆ ದೇವರಲ್ಲಿ ನಂಬಿಕೆ ಇಲ್ಲ'. ಸಿಟ್ಟಿಗೆದ್ದ ಅಬ್ರಹಾಂ ವೃದ್ಧನನ್ನು ಮನೆಯಿಂದ ಹೊರಗಟ್ಟಿದ. ಬಳಿಕ ನಿದ್ರಿಸಿದರು.

ರಾತ್ರಿ ಕನಸಿನಲ್ಲಿ ಬಂದ ದೇವರು ಕೇಳಿದ, 'ನಾನೊಬ್ಬ ವೃದ್ಧನನ್ನು ನಿನ್ನ ಬಳಿ ಕಳಿಸಿದ್ದೆ. ಅವನಿಗೆ ನೀನು ಮಾಡಿದ್ದಾದರೂ ಏನು?' ಅಬ್ರಹಾಂ ಉತ್ತರಿಸಿದ, 'ಪ್ರಭುವೇ, ಆತ ನಾಸ್ತಿಕ. ಹೀಗಾಗಿ ಆತನನ್ನು ಓಡಿಸಿದೆ'. ದೇವ ಹೇಳಿದ, 'ನನಗದು ಗೊತ್ತಿದೆ. ಹಾಗಿದ್ದರೂ ಜೀವಮಾನವಿಡೀ ಅವನನ್ನು ನೋಡಿ ಕೊಂಡಿದ್ದೇನೆ. ನಿನಗೆ ಒಂದು ರಾತ್ರಿ ಅವನನ್ನು ನೋಡಿಕೊಳ್ಳಲು ಆಗಲಿಲ್ಲವಲ್ಲ.

ಅಬ್ರಹಾಂನಿಗೆ ತನ್ನ ತಪ್ಪಿನ ಅರಿವಾಯಿತು. ದೇವನಲ್ಲಿ ಕ್ಷಮೆ ಕೋರಿದ. ಬಳಿಕ ಹುಡುಕಾಡಿ, ವೃದ್ಧನನ್ನು ಮನೆಗೆ ಕರೆತಂದ.

- ಅಭಿಪ್ರಾಯ ಭೇದ ಹೊಂದಿದ ವ್ಯಕ್ತಿ ವೈರಿಯಲ್ಲ.
- ಒಳ್ಳೆಯ ಅಭ್ಯಾಗತನಾಗು.
- ನಂಬಿಕೆ ವ್ಯಕ್ತಿಗೆ ಸಂಬಂಧಿಸಿದ್ದು. ನಾಸ್ತಿಕ ದುಷ್ಟನಲ್ಲ. ಆಸ್ತಿಕ ಮಾತ್ರವೇ ಸಜ್ಜನನಲ್ಲ.

ಕೈತಪ್ಪಿದ ಮದುವೆ !

ಬರಬೇಕಾದ್ದು ಬರುತ್ತದೆ, ಸಿಗಬೇಕಾದ್ದು ಸಿಗುತ್ತದೆ.

ಯುವಕನೊಬ್ಬ ಪ್ರೀತಿಯಲ್ಲಿ ಬಿದ್ದ. ಮಾರುಕಟ್ಟೆಯಲ್ಲಿ ಕಂಡ ಯುವತಿಯನ್ನು ಮದುವೆ ಆಗಬೇಕೆಂದು ಕೊಂಡ. ಪುಂಖಾನುಪುಂಖವಾಗಿ ಆಕೆಗೆ ಉದ್ದುದ್ದ ಪತ್ರ ಬರೆಯಲಾರಂಭಿಸಿದ.

ಕೆಲ ಕಾಲ ಕಳೆಯಿತು. ಹೀಗೊಂದು ದಿನ ಅವನಿಗೊಂದು ಮದುವೆ ಆಮಂತ್ರಣ ಪತ್ರ ಬಂದಿತು. ನೋಡುತ್ತಾನೆ, ಅದರಲ್ಲಿದ್ದ ಹೆಸರು ಆ ಹುಡುಗಿಯದು, ಆತ ಪ್ರೀತಿಸುತ್ತ ನಿರಂತರವಾಗಿ ಪತ್ರ ಬರೆಯುತ್ತಿದ್ದಾಕೆಯದು. ಹುಡುಗ ಯಾರು ಎಂದು ನೋಡಿದರೆ, ಅಂಚೆಯಾಳು !

ಪ್ರತಿದಿನ ಪತ್ರ ತಂದುಕೊಡುತ್ತಿದ್ದ ಪೋಸ್ಟ್‌ಮ್ಯಾನ್ ಅವಳಿಗೆ ಇಷ್ಟವಾಗಿಬಿಟ್ಟಿದ್ದ. ಆತನನ್ನೇ ಆಕೆ ಮದುವೆಯಾದಳು. ಪತ್ರ ಬರೆದೂ ಬರೆದೂ ಯುವಕನ ಕೈ ಬರಹ ಚೆನ್ನಾಯಿತು, ಅಷ್ಟೆ!

- ಯಾವುದೇ ಸಂಬಂಧ ಇಲ್ಲವೇ ವ್ಯಾಪಾರ ವೃದ್ಧಿಗೆ ಪರಸ್ಪರ ಮುಖಾಮುಖಿ ಮುಖ್ಯ.
- ಕಳೆದು ಹೋಯಿತೆಂದು ಕೊರಗುತ್ತ ಕೂರಬೇಡ. ನಿನಗೆ ಸಿಗಬೇಕಾದ್ದು ಸಿಕ್ಕೇ ಸಿಗುತ್ತದೆ.
- ಮದುವೆ ಎಂಬುದು ಸ್ವರ್ಗದಲ್ಲಿ ನಿರ್ಧಾರಿತ ಎನ್ನುತ್ತಾರೆ. ಆದರೆ, ಅದು ನಡೆಯುವುದು ಇಳೆಯಲ್ಲಿ.

ಜ್ಞಾನದಿಂದ ನೆರವು

ಸಮಯಪ್ರಜ್ಞೆ ಜೀವನವನ್ನು ಉಳಿಸುತ್ತದೆ.

ದೊ ರೆ ಜಹಾಂಗೀರ್ ನ್ಯಾಯಪರತೆಗೆ ಹೆಸರಾಗಿದ್ದ. ಒಂದು ದಿನ ಲೋಟಕ್ಕೆ ಸೇವಕ ದ್ರಾಕ್ಷಾರಸ ಸುರಿಯುತ್ತಿದ್ದಾಗ ಕೈ ನಡುಗಿ ಒಂದು ಹನಿ ಬಟ್ಟೆ ಮೇಲೆ ಬಿದ್ದಿತು. ಸಿಟ್ಟಿಗೆದ್ದ ದೊರೆ, ಸೇವಕನಿಗೆ ಮರಣದಂಡನೆ ವಿಧಿಸಿದ.

ಸೇವಕ ಕಿಂಚಿತ್ ದಿಕ್ಕೆಡಲಿಲ್ಲ. ಪಾತ್ರೆಯಲ್ಲಿದ್ದ ಎಲ್ಲ ದ್ರಾಕ್ಷಾರಸವನ್ನು ದೊರೆಯ ತಲೆ ಮೇಲೆ ಸುರಿದ. ಇನ್ನಷ್ಟು ಸಿಟ್ಟಿಗೆದ್ದ ದೊರೆ ಕೇಳಿದ, 'ಮರಣ

154

ದಂಡನೆಯ ಶಿಕ್ಷೆ ವಿಧಿಸಿದ ಬಳಿಕವೂ ಹೀಗೇಕೆ ಮಾಡಿದೆ?' ಸೇವಕ ಹೇಳಿದ, 'ಮಹಾಪ್ರಭು, ನೀವು ನ್ಯಾಯಪರತೆಗೆ ಹೆಸರಾದವರು. ನನಗೆ ಮರಣದಂಡನೆ ವಿಧಿಸಿದ ಬಳಿಕ ಜನ ನಿಮ್ಮ ಬಗ್ಗೆ ಕೆಟ್ಟದಾಗಿ ಮಾತಾಡಿಕೊಳ್ಳುತ್ತಾರೆ. ಒಂದು ಹನಿ ದ್ರಾಕ್ಷಾರಸ ಬಟ್ಟೆ ಮೇಲೆ ಬಿದ್ದಿದ್ದಕ್ಕೆ ಮರಣದಂಡನೆ ವಿಧಿಸುವವನು ಎಂಥ ರಾಜ ಎಂದು ಎತ್ತಿ ಆಡುತ್ತಾರೆ. ನಿಮ್ಮ ಹೆಸರಿಗೆ ಕಪ್ಪು ಚುಕ್ಕೆ ಬರುವುದು ನನಗಿಷ್ಟವಿಲ್ಲ. ಹೀಗಾಗಿಯೇ ಇಡೀ ಪಾತ್ರೆಯಲ್ಲಿದ್ದ ದ್ರಾಕ್ಷಾರಸ ಸುರಿದೆ. ಇದರಿಂದ ನನಗೆ ವಿಧಿಸಿದ ಶಿಕ್ಷೆ ನ್ಯಾಯಬದ್ಧ ಎನಿಸಲಿದೆ'.

ಸೇವಕನ ಮಾತು ಕೇಳಿ ಜಹಾಂಗೀರ್‌ಗೆ ಅಪಾರ ಸಂತಸವಾಯಿತು. ಆತನನ್ನು ಕ್ಷಮಿಸಿದ. ಭಡ್ತಿ, ಬಹುಮಾನ ಕೊಟ್ಟು ಪುರಸ್ಕರಿಸಿದ.

- ಘಟನೆಗೆ ತತ್‌ಕ್ಷಣ ಪ್ರತಿಕ್ರಿಯಿಸಬೇಡ, ನಿಧಾನಿಸು.
- ಪರಿಸ್ಥಿತಿಯನ್ನು ತಾಳ್ಮೆಯಿಂದ ನಿಭಾಯಿಸು.
- ನಿನ್ನಿಂದ ತೊಂದರೆಗೊಳಗಾದ ವ್ಯಕ್ತಿಯನ್ನು ಸಮಾಧಾನಿಸು.

www.ingramcontent.com/pod-product-compliance
Lightning Source LLC
Chambersburg PA
CBHW071855200326
41519CB00016B/4390